കാൾ മാർക്സിന്റെ ആശയങ്ങൾ

Karl Marxinte Ashayangal
Politics

Alan woods

Translation
Radhakrishnan Cheruvally

CHINTHA PUBLISHERS
Thiruvananthapuram

First Edition
June 2022

Second Impression
September 2022

Published
Chintha Publishers, Thiruvananthapuram

Cover Design
Vinod Mangoes

ISBN : 978-93-93468-34-5

CO - 3113 / 6203

Email: chinthapublishers@gmail.com
Website: www.chinthapublishers.com

A version is available at National Libraries
Kolkata, Mumbai, Chennai and Delhi

Distribution
DESHABHIMANI BOOKHOUSE
H O Thiruvananthapuram 695035

Branch
Head Office Kunnukuzhi • Statue Thiruvananthapuram
KSRTC Bus Terminal Thampanoor • Saphalyam Complex Thiruvananthapuram
KSRTC Bus Station Alappuzha • KSRTC Bus Station Ernakulam
Machingal Lane Thrissur • IG Road Kozhikode
Mavoor Road Kozhikode • NGO Union Building Kannur
Central Bus Terminal Complex Thavakkara Kannur

The Ideas of Karl Marx
കാൾ മാർക്സിന്റെ ആശയങ്ങൾ

അലൻ വുഡ്സ്

പരിഭാഷ
രാധാകൃഷ്ണൻ ചെറുവല്ലി

ചിന്ത പബ്ലിഷേഴ്സ്
തിരുവനന്തപുരം-695 035

അലൻ വുഡ്സ്

1944 ഒക്ടോബർ 23 ന് ഇംഗ്ലണ്ടിൽ ജനിച്ചു. In Defence of Marxism (ഇൻ ഡിഫൻസ് ഓഫ് മാർക്സിസം) വെബ് സൈറ്റിന്റെ എഡിറ്ററായി പ്രവർത്തിക്കുന്ന മാർക്സിസ്റ്റ് ചിന്തകൻ. *മാർക്സിസം ഇൻ അവർ ടൈം, റെവല്യൂഷൻ ഇൻ അൽബേനിയ, എ ന്യൂസ്റ്റേജ് ഇൻ ദ ക്യാപ്പിറ്റലിസ്റ്റ് ക്രൈസിസ്, ഹിസ്റ്ററി ഓഫ് ഫിലോസഫി എ മാർക്സിസ്റ്റ് പെഴ്സ്പെക്ടീവ്, ബോൾഷെവിസം ദ റോഡ് ടു റവല്യൂഷൻ, മാർക്സിസം ആന്റ് ദ നാഷണൽ ക്വസ്റ്റ്യൻ, മോഡേൺ സയൻസ്* തുടങ്ങിയ വിഖ്യാത ഗ്രന്ഥങ്ങളുടെ രചയിതാവ്.

രാധാകൃഷ്ണൻ ചെറുവല്ലി

നോവലിസ്റ്റ്, പരിഭാഷകൻ, യാത്ര എഴുത്തുകാരൻ, ചലച്ചിത്ര നിരൂപകൻ. നിലവിൽ സബ് എഡിറ്റർ, ചിന്ത പബ്ലിഷേഴ്സ്.

പ്രസിദ്ധീകരിച്ച പുസ്തകങ്ങൾ: *യേശയ്യൻ* (നോവൽ), *മദ്ധ്യദേശത്തെ ചരിത്രപഥങ്ങൾ, ചോരവീണ മണ്ണ്, കടലിലും കാട്ടിലും മണലാരണ്യത്തിലും, വിദർഭയുടെ സങ്കടങ്ങൾ* (യാത്ര), *ആണധികാരത്തിന്റെ ബലപ്രയോഗങ്ങൾ, സെല്ലുലോയ്ഡ്: ചരിത്രത്തിലില്ലാത്ത ജീവിതവും സിനിമയും* (എഡിറ്റർ), *നവസിനിമ: അധീശത്തം പ്രതിനിധാനം പ്രത്യയശാസ്ത്രം, ഡോറിയൻ ഗ്രേയുടെ ഛായാചിത്രം* (ഓസ്കാർ വൈൽഡ്), *ആഴത്തിൽ നിന്നുള്ള നിലവിളി: ഓസ്കാർ വൈൽഡിന്റെ ജയിൽക്കുറിപ്പുകൾ, പ്രിയനെ ഈ രാവിൽ (ഹഫീസിന്റെ മിസ്റ്റിക് കവിതകളുടെ പരിഭാഷ), അയാൾ: രബീന്ദ്രനാഥ ടാഗോർ (പരിഭാഷ), ഇന്ത്യൻ ദേശീയത: രബീന്ദ്രനാഥ ടാഗോർ* (പരിഭാഷ), *അംബേദ്കർ: ഇന്ത്യയും കമ്യൂണിസവും* (പരിഭാഷ).

ഫോൺ: 9447010396
Email: radhakrishnancheruvally@gmail.com

ഉള്ളടക്കം

കടപ്പാട്

അലൻ വുഡ്സിന്റെ *The Ideas of Karl Marx* മലയാളത്തിൽ
പരിഭാഷപ്പെടുത്തി പ്രസിദ്ധീകരിക്കാൻ അനുവദിച്ച
In Defence of Marxism എന്ന ഫെയ്സ്ബുക്ക് പേജിനോടും
വെബ്സൈറ്റായ webmaster@marxist.com-നോടും
ചിന്ത പബ്ലിഷേഴ്സിനുള്ള കടപ്പാട് ഇവിടെ രേഖപ്പെടുത്തുന്നു.

Thanks

We express our thanks to the facebook page "In Defence of Marxism" and website webmaster@marxist.com for allowing us to translate (into malayalam) and publish Alan Woods *The ideas of Karl Marx*

പ്രസാധകക്കുറിപ്പ്

“ശവകുടീരത്തിൽ നീയുറങ്ങുമ്പോഴും
ഇവിടെ നിൻ വാക്കുറങ്ങാതിരിക്കുന്നു.

ഒ എൻ വി

ഒ എൻ വി തന്റെ കവിതയിൽ കുറിച്ചതുപോലെ ഹൈഗേറ്റ് സെമിത്തേരിയിൽ ഉറങ്ങുമ്പോഴും കാൾ മാർക്സിന്റെ വാക്കുകൾ ലോകത്തിൽ ഉറങ്ങാതിരിക്കുന്നു. ബൂർഷ്വാ സാമൂഹ്യ വ്യവസ്ഥയ്ക്കുള്ളിലെ സാമ്പത്തികക്കുഴപ്പത്തെപ്പറ്റി മാർക്സ് പറഞ്ഞത് പത്തൊമ്പതാം നൂറ്റാണ്ടിലാണെങ്കിലും ഇരുപത്തിയൊന്നാം നൂറ്റാണ്ടിലും അത് ശരിയായി ഗരിമയോടെ നിലകൊള്ളുന്നതായി അലൻ വുഡ്സ് ഈ ഗ്രന്ഥത്തിൽ വ്യക്തമാക്കുന്നു. ആധുനിക ശാസ്ത്രത്തിലും സാമൂഹ്യശാസ്ത്രത്തിലുമുണ്ടായ മുന്നേറ്റങ്ങളെ മുൻനിർത്തി പരിശോധിക്കുമ്പോഴും മാർക്സിന്റെ നിഗമനങ്ങൾ തല ഉയർത്തിനില്ക്കുന്നതായി കാണാം. ആധുനിക കാലത്ത് മാർക്സിസ്റ്റ് അർത്ഥശാസ്ത്രവും വൈരുദ്ധ്യാധിഷ്ഠിത ഭൗതികവാദവും ചരിത്രപരമായ ഭൗതികവാദവും എപ്രകാരം നിലനില്ക്കുന്നു എന്നുള്ള കൃത്യമായ പരിശോധനയാണ് അലൻ വുഡ്സ് ഈ ഗ്രന്ഥത്തിലൂടെ നടത്തുന്നത്. *ഇൻ ഡിഫൻസ് ഓഫ് മാർക്സിസം (In Defence of Marxism)* എന്ന ഫെയ്സ്ബുക്ക് പേജിൽ പ്രസിദ്ധീകരിക്കപ്പെട്ട ഈ കൃതി മലയാളത്തിൽ പരിഭാഷപ്പെടുത്താൻ അനുമതി നല്കിയ webmaster@marxist.com വെബ്സൈറ്റിനോടും അലൻ വുഡ്സിനോടുമുള്ള കടപ്പാട് ഇവിടെ കുറിക്കുന്നു.

ചിന്ത പബ്ലിഷേഴ്സ്

ആമുഖം

കാൾ മാർക്സ് മരിച്ചിട്ട് 130 വർഷങ്ങൾ കഴിഞ്ഞു. 1883 ൽ മരണമടഞ്ഞ ഒരാളിനെ നാമെന്തിന് ഓർമ്മിക്കണം? 1960 ൽ ബ്രിട്ടീഷ് പ്രധാനമന്ത്രിയായിരുന്ന ലേബർ പാർട്ടി നേതാവ് ഹരോൾഡ് വിൽസൺ പറഞ്ഞു, പ്രശ്ന പരിഹാരങ്ങൾക്കായി നാം ഹൈഗേറ്റ് സെമിത്തേരിയിലേക്ക് നോക്കരുത്. ആർക്കാണതിനോട് വിയോജിക്കാനാവുക? എല്ലും പൊടിയുമല്ലാതെ ആ ശവകുടീരത്തിൽ മറ്റെന്തു കാണാൻ!

മാർക്സിന്റെ പ്രസക്തി അന്വേഷിക്കുമ്പോൾ നാം സെമിത്തേരിയിലേക്കല്ല അദ്ദേഹത്തിന്റെ ആശയ പ്രപഞ്ചത്തിലേക്കാണ് പ്രവേശിക്കേണ്ടത്. കാലത്തെ അതിജീവിച്ച മാർക്സിന്റെ ആശയങ്ങൾ വിജയശ്രീലാളിതരായി നിലകൊള്ളുന്ന കാര്യം മാർക്സിസത്തിന്റെ കടുത്ത ശത്രുക്കൾക്കുപോലും അംഗീകരിക്കേണ്ടിവന്നു.

സാമ്പത്തിക കുഴപ്പത്തെപ്പറ്റി മാർക്സ് നടത്തിയ പ്രവചനം കാലപ്പഴക്കം വന്നതാണെന്ന് സാമ്പത്തിക ശാസ്ത്രജ്ഞന്മാർ പതിറ്റാണ്ടുകളായി പറഞ്ഞുകൊണ്ടേയിരിക്കുന്നു. മാർക്സിന്റെ ചിന്തകൾ 19–ാം നൂറ്റാണ്ടിലേതാണെന്നും അതിനെ ഇപ്പോഴും പ്രതിരോധിക്കുന്നവർ പ്രമാണവാദികളായ കടുംപിടുത്തക്കാരാണെന്നും അധിക്ഷേപിക്കപ്പെട്ടു. എന്നാൽ മുതലാളിത്തത്തെ പ്രതിരോധിച്ചുവന്നവർ ചരിത്രത്തിന്റെ ചവറ്റുകുട്ടയിലേക്ക് വലിച്ചെറിയപ്പെടുകയും മാർക്സ് തികച്ചും സാധൂകരിക്കപ്പെടുകയും ചെയ്തു.

അഭിവൃദ്ധിയുടെയും തകർച്ചയുടെയും നാളുകൾ കഴിഞ്ഞുപോയെന്ന് മുൻ ബ്രിട്ടീഷ് പ്രധാനമന്ത്രി ഗോർഡോൺ ബ്രൗൺ (Gordon Brown) പറഞ്ഞിട്ട് ഏറെ നാളുകൾ ആയിട്ടില്ല. എന്നാൽ 2008 ലെ സാമ്പത്തിക തകർച്ചയെ തുടർന്ന് അദ്ദേഹത്തിന് സ്വന്തം വാക്കുകൾ വിഴു

ങ്ങേണ്ടിവന്നു. മൂർച്ഛിച്ചുവന്ന യൂറോപ്രതിസന്ധി എങ്ങനെ പരിഹരിക്കുമെന്നറിയാതെ ബൂർഷ്വാസി കുഴങ്ങുകയാണ്. ഗ്രീസും സ്പെയിനും ഇറ്റലിയും കടന്ന് പ്രതിസന്ധി യൂറോപ്യൻ യൂണിയനെയാകെത്തന്നെ ഊരാക്കുടുക്കിലാക്കി. യൂറോപ്പിനാകെ പൊതുവായൊരു നാണയം എന്ന ആശയംതന്നെ തകരുമോ എന്ന ഉൽക്കണ്ഠ നിലനില്ക്കുന്നു. യൂറോപ്യൻ യൂണിയന്റെതന്നെ നിലനില്പ് അവതാളത്തിലായിരുന്നു. യൂറോപ്പിനെ ബാധിച്ചതിനേക്കാൾ കടുത്ത പ്രതിസന്ധി ലോകത്തെ ഗ്രസിക്കാൻ പോകുന്നു.

വരാൻ പോകുന്നതെന്താണെന്നതിനെപ്പറ്റി ഇപ്പോൾ ചില ബൂർഷ്വാ സാമ്പത്തിക ശാസ്ത്രജ്ഞന്മാർക്കുതന്നെ ധാരണയുണ്ട്. മുതലാളിത്തം അതിന്റെതന്നെ നാശത്തിന്റെ വിത്ത് ഉള്ളിൽ പേറുന്നു എന്ന് അവരും മനസ്സിലാക്കിത്തുടങ്ങുന്നു. ചാക്രികമായ കുഴപ്പങ്ങളിൽ പെടുന്ന അരാജക വ്യവസ്ഥയാണ് മുതലാളിത്തം. ആ കുഴപ്പങ്ങളിൽപ്പെട്ട് ആളുകൾക്ക് തൊഴിൽ നഷ്ടമാകും. രാഷ്ട്രീയ അസ്ഥിരത നടമാടും. ഇപ്പോഴത്തെ പ്രതിസന്ധി ഇങ്ങനെ സംഭവിക്കേണ്ടതായിരുന്നില്ല. അടുത്തകാലംവരെ മിക്ക ബൂർഷ്വാ സാമ്പത്തിക ശാസ്ത്രജ്ഞന്മാരും വിശ്വസിച്ചിരുന്നത് കമ്പോളത്തെ സ്വതന്ത്രമാക്കിയാൽ അതിന് എല്ലാ പ്രശ്നങ്ങൾക്കും പരിഹാരം കാണാനുള്ള കരുത്തുണ്ടെന്നാണ്. ചോദനയും പ്രദാനവും (demand and supply) സന്തുലിതമായി നിലനിർത്താനുള്ള അത്ഭുകരമായ കഴിവ് അതിനുണ്ടെന്നും അവർ കരുതി. അതുകൊണ്ട് 1929 ലെ ആഗോള മാന്ദ്യം ആവർത്തിക്കപ്പെട്ടില്ലെന്ന് അവർ പ്രതീക്ഷിച്ചു.

അമിതോല്പാദനംവഴി വന്നുചേരുന്ന പ്രതിസന്ധിയെപ്പറ്റിയുള്ള മാർക്സിന്റെ പ്രവചനം ചരിത്രത്തിന്റെ ചവറ്റുകൊട്ടയിലേക്കെറിയാൻ തയ്യാറെടുക്കുകയായിരുന്നു ചിലർ. മുതലാളിത്ത വ്യവസ്ഥതന്നെ അപരിഹാര്യമായ അതിന്റെ ആന്തരികവൈരുദ്ധ്യങ്ങൾകൊണ്ട് ഉലയുമെന്നും നാശത്തിന്റെ വിത്തുകൾ അതിനുള്ളിൽത്തന്നെയുണ്ടെന്നുമുള്ള മാർക്സിന്റെ കാഴ്ചപ്പാടുകൾ ഉയർത്തിപ്പിടിച്ചവരെ കിറുക്കന്മാരായാണ് അവർ കണ്ടത്. സോവിയറ്റ് യൂണിയന്റെ തകർച്ചതന്നെ കമ്യൂണിസത്തിന്റെ തകർച്ചയെയല്ലേ സൂചിപ്പിക്കുന്നത്? സാദ്ധ്യതയുള്ള ഏക സാമ്പത്തിക-സാമൂഹ്യ വ്യവസ്ഥിതിയെന്ന നിലയിൽ മുതലാളിത്തം വെന്നിക്കൊടി പാറിച്ചതോടെ ചരിത്രംതന്നെ അവസാനിച്ചില്ലേ? ചോദ്യങ്ങൾ അനവധിയായിരുന്നു.

കഴിഞ്ഞ 20 വർഷങ്ങൾക്കുള്ളിൽ ചരിത്രത്തിന്റെ ചക്രങ്ങൾ 180 ഡിഗ്രി തിരിഞ്ഞു. മാർക്സിന്റെയും മാർക്സിസത്തിന്റെയും വിമർശകർ വേറൊരു താളത്തിൽ തുള്ളാൻ തുടങ്ങി. പെട്ടെന്ന് മാർക്സിന്റെ സാമ്പത്തിക തത്ത്വങ്ങൾക്ക് പ്രാധാന്യം കൈവന്നു. പലരും മാർക്സിന്റെ രചനകൾ പരതാൻ തുടങ്ങി; കൈവിട്ടുപോയ കാര്യങ്ങൾക്ക് പരിഹാരം കാണാനാകുമെന്ന പ്രതീക്ഷയിൽ.

പുനർവിചിന്തനങ്ങൾ

രണ്ടായിരത്തിയൊൻപതിലെ മാന്ദ്യത്തിന്റെ തുടക്കത്തിൽ 'ദി ഇക്കണോമിക്സ്റ്റ്' ലണ്ടനിൽ ഒരു സെമിനാർ സംഘടിപ്പിച്ചു. "സാമ്പത്തിക ശാസ്ത്രത്തിന് പിഴച്ചത് എവിടെയാണ്" എന്ന വിഷയത്തിന്മേലായിരുന്നു സെമിനാർ. മുഖ്യധാരാ സാമ്പത്തികശാസ്ത്രത്തിനു പ്രസക്തി നഷ്ടപ്പെടുന്നു എന്ന് സൂചിപ്പിക്കുന്നതായിരുന്നു ഇത്. നോബൽ പുരസ്കാര ജേതാവ് പോൾ ക്രുഗ്മാൻ (Paul Kurgman) ഏവരെയും അത്ഭുതപ്പെടുത്തുന്ന ഒരു വെളിപ്പെടുത്തൽ നടത്തി. അദ്ദേഹം പറഞ്ഞു: "സാമ്പത്തിക ശാസ്ത്രരംഗത്തെ കഴിഞ്ഞ മുപ്പതുവർഷത്തെ സ്തൂലാഖ്യാനങ്ങൾ തെറ്റെന്നോ വിനാശകരമെന്നോ തെളിഞ്ഞു." ബൂർഷ്വാ സാമ്പത്തിക ശാസ്ത്രത്തിനുള്ള സ്മരണാഞ്ജലിയായിരുന്നു ആ പ്രസ്താവന. ചില ബൂർഷ്വാ ചിന്തകരുടെ പ്രജ്ഞകളിലെങ്കിലും ഇത് ചലനങ്ങൾ സൃഷ്ടിച്ചു. മാർക്സാണു ശരി എന്നു പ്രഖ്യാപിക്കുന്ന നിരവധി ലേഖനങ്ങൾ മുഖ്യധാരാ മാധ്യമങ്ങളിൽ പ്രത്യക്ഷപ്പെടാൻ തുടങ്ങി. വത്തിക്കാന്റെ ഔദ്യോഗിക പത്രമായ *Losservatore Romano* വരുമാനത്തിലെ അസമത്വത്തെപ്പറ്റിയുള്ള മാർക്സിന്റെ കണ്ടെത്തലിനെ പ്രശംസിക്കുകയുണ്ടായി. മതം മനുഷ്യനെ മയക്കുന്ന കറുപ്പാണെന്നു പറഞ്ഞ ആ മനുഷ്യനെ ശരിവയ്ക്കുന്നതായി ഈ പ്രശംസാവചനം. ഇന്ന് ജർമ്മനിയിൽ ഏറ്റവും കൂടുതൽ ചെലവാകുന്ന ഗ്രന്ഥം *ദാസ് ക്യാപ്പിറ്റലാണ്.* ജപ്പാൻ *ദാസ് ക്യാപ്പിറ്റലി*ന്റെ പുതിയ പതിപ്പിറക്കി. യു ബി എസ് ബാങ്കിന്റെ സീനിയർ സാമ്പത്തിക വിശകലനായ ജോർജ് മാഗ്നസ് (George Magnus) എഴുതിയ ലേഖനത്തിന്റെ തലക്കെട്ട് ഇങ്ങനെയായിരുന്നു. "ലോക സമ്പദ് വ്യവസ്ഥയെ രക്ഷിക്കാൻ കാൾ മാർക്സിന് ഒരു അവസരം നല്കൂ" സ്വിറ്റ്സർലാന്റ് ആസ്ഥാനമാക്കി പ്രവർത്തിക്കുന്ന യു എസ് ബി അമ്പ

തിലേറെ രാജ്യങ്ങളിൽ പ്രവർത്തിക്കുന്ന രണ്ട് ട്രില്യൻ യു എസ് ഡോളർ ആസ്തിയുള്ള സ്ഥാപനമാണ്. ബ്ലൂംബർഗ് വ്യൂവിൽ (Bloomberg View) ജോർജ് മാഗ്നസ് ഇങ്ങനെ എഴുതി: മാർക്സ് മുൻകൂട്ടിക്കണ്ട ചില ലക്ഷണങ്ങൾ ഇന്നത്തെ ലോക സമ്പദ് വ്യവസ്ഥയിൽ പ്രതിഫലിക്കുന്നു. അദ്ദേഹം തന്റെ ലേഖനം തുടങ്ങുന്നത് ഇപ്രകാരമാണ്. "ലോകത്തെ ബാധിച്ചിട്ടുള്ള സാമ്പത്തിക പ്രതിസന്ധികളുടെയും പ്രതിഷേധങ്ങളുടെയും മറ്റ് ദൂഷ്യങ്ങളുടെയും തടസ്സങ്ങൾ മനസ്സിലാക്കാൻ നയരൂപീകരണവിദഗ്ദ്ധർ പെടാപ്പാടു പെടുന്നു. അവർ ദീർഘദർശിയായ കാൾ മാർക്സിന്റെ കൃതികൾ പഠിക്കട്ടെ."

"മൂലധനവും തൊഴിലാളികളും തമ്മിലെ സഹജമായ ഭിന്നത പുറത്തുവരും എന്ന മാർക്സിന്റെ നിരീക്ഷണം നോക്കുക. അദ്ദേഹം *മൂലധനത്തിൽ* എഴുതിയതുപോലെ ലാഭത്തിനും ഉല്പാദക ക്ഷമതയ്ക്കും പുറമേ പായുന്ന കമ്പനികൾ തൊഴിലാളികളുടെ എണ്ണം കുറച്ചുകൊണ്ടുവരും. അങ്ങനെ പാവപ്പെട്ടവരുടെയും തൊഴിലാളികളുടെയും വലിയൊരു കരുതൽ സേനയെ സൃഷ്ടിക്കും. ഒരിടത്ത് സമ്പത്തിന്റെയും മറ്റൊരിടത്ത് ദുരിതങ്ങളുടെയും കേന്ദ്രീകരണം നടക്കുന്നു. വികസിത ലോകത്തെല്ലാം ഈ പ്രക്രിയ കാണാവുന്നതാണ്. പ്രത്യേകിച്ച് അമേരിക്കൻ ഐക്യനാടുകളിലെ കമ്പനികളിൽ. അവിടെ ചെലവുകൾ ചുരുക്കി ലാഭം കുന്നുകൂട്ടുന്നു. ഇതുവഴി ആറു പതിറ്റാണ്ടിലെ ഏറ്റവും വലിയ ഉല്പാദനം നടത്താൻ അവർക്കു കഴിഞ്ഞു. അതേസമയം തൊഴിലില്ലായ്മ 9.11 മായി ഉയർന്നു. അപ്പോഴും യഥാർത്ഥ വേതനം മരവിപ്പിച്ച് നിർത്തിയിരിക്കുന്നു. 1920 കൾക്കുശേഷമുള്ള ഏറ്റവും ഉയർന്ന അസമത്വമാണിവിടെയിപ്പോൾ. 2008 നുമുമ്പ് വരുമാനത്തിലെ കുറവ് എളുപ്പത്തിലുള്ള വായ്പകൾകൊണ്ട് മറച്ചുപിടിക്കാൻ കഴിഞ്ഞിരുന്നു. ഈ വായ്പകൾവഴി പാവപ്പെട്ട കുടുംബങ്ങൾക്ക് സമ്പന്നരുടേതായ ജീവിതശൈലി തുടരാനായി. എന്നാൽ ഇപ്പോൾ ആ പ്രശ്നം പുറപ്പുറത്തെത്തിയിരിക്കുന്നു."

2008 ലെ സാമ്പത്തിക പ്രതിസന്ധി മുൻകൂട്ടി പ്രവചിച്ചതുവഴി ഡോ. ഡൂം (Dr. Doom) (നിർഭാഗ്യം) എന്ന പേരു സിദ്ധിച്ച പ്രശസ്ത സാമ്പത്തിക ശാസ്ത്രജ്ഞൻ ഡോ. നൂറിയൽ റൂബിനി (Dr. Nouriel Roubini)യുമായുള്ള ഒരു അഭിമുഖം *ദ വാൾസ്ട്രീറ്റ്* ജേണൽ പ്രസിദ്ധീകരിച്ചിരുന്നു. വളരെ ശ്രദ്ധാപൂർവ്വം വായിക്കേണ്ട ഒരു അഭിമുഖമാണത്. അഭിമുഖത്തിലെ മുഖ്യ നിഗമനങ്ങൾ ഇങ്ങനെ:

"കടത്തിന്റെ ചങ്ങല നറുങ്ങിപ്പോയിരിക്കുന്നു. അമിതോല്പാദനവും ചോദനത്തിലെ വൻ ഇടിവും പെരുകിവരുന്ന കടവും, നിക്ഷേപകരിലെ ആത്മവിശ്വാസക്കുറവും സ്റ്റോക്ക് എക്സ്ചേഞ്ചുകളിൽ വൻ തകർച്ചയുണ്ടാക്കി. ആസ്തിയുടെ വില ഇടിഞ്ഞുതാണു. സമ്പദ്‌വ്യവസ്ഥ തകർച്ചയെ നേരിടുകയും അതുവഴി മുതലാളിത്തം അതിന്റെ ദൂഷിതവലയത്തിന്റെ അടുത്തഘട്ടത്തിലേക്കു കടക്കുകയും ചെയ്തിരിക്കുന്നു."

മറ്റേതു സാമ്പത്തിക ശാസ്ത്രജ്ഞനെപോലെയും റൂബിനിക്കും

ഈ പ്രതിസന്ധിക്ക് ഒരു യഥാർത്ഥ പരിഹാരം നിർദ്ദേശിക്കാനായില്ല.

കേന്ദ്ര ബാങ്കുകൾ പണമിറക്കി പ്രതിസന്ധി ഒഴിവാക്കണമെന്നാണ ദ്ദേഹം നിർദ്ദേശിച്ചത്. എന്നാൽ നാണയനയം കൊണ്ടുമാത്രം പ്രശ്നപ രിഹാരമുണ്ടാവില്ലെന്ന് അദ്ദേഹം തുറന്നുപറഞ്ഞു. സർക്കാരുകൾ സഹാ യിക്കുന്നില്ല. യൂറോപ്പും യു എസ് എ യും ചെലവുചുരുക്കൽ നയങ്ങൾ പ്രഖ്യാപിച്ചു. അതുവഴി കടത്തിൽനിന്നും കരകയറാമെന്നവർ കരുതി. ശുഭാപ്തി വിശ്വാസത്തോടെയല്ല അദ്ദേഹം അഭിമുഖം അവസാനിപ്പിക്കു ന്നത്.

"മാർക്സ് ശരിയാണ്. പ്രത്യേകമായൊരു ഘട്ടത്തിൽ മുതലാളിത്ത ത്തിന് സ്വയം നശിപ്പിക്കാനാകും."

റൂബിനി തുടർന്നു പറഞ്ഞു:

"കമ്പോളം പ്രവർത്തനക്ഷമമാണെന്നു നാം കരുതി. ഇല്ല. അവ പ്രവർത്തിക്കുന്നില്ല."

മാർക്സിന്റെ ശരീരം അന്ത്യവിശ്രമം കൊണ്ടിട്ട് നൂറ്റിമുപ്പത് വർഷ ങ്ങൾ കഴിഞ്ഞു പോയിട്ടും മാർക്സിസമെന്ന ഭൂതം ബൂർഷ്വാസിയെ വേട്ട യാടിക്കൊണ്ടിരിക്കുന്നു.

എന്താണ് മാർക്സിസം?

മാർക്സിസത്തിന്റെ എല്ലാ ഘടകങ്ങളെയും ഒറ്റ പ്രബന്ധത്തിൽ ഉൾപ്പെടുത്താനാവില്ല. മാർക്സിസത്തെ മനസ്സിലാക്കാൻ ശ്രമിക്കുന്ന വർക്കായി പൊതുവായിയതു പറയാം. മാർക്സിനല്ലാതെ മറ്റാർക്കും മാർ ക്സിന്റെ ആശയങ്ങൾ കൃത്യതയോടെ വിശദീകരിക്കാനായിട്ടില്ലല്ലോ! പര സ്പര ബന്ധമുള്ള മൂന്നു ഭാഗങ്ങളായി മാർക്സിന്റെ ആശയങ്ങളെ പ്രതി പാദിക്കാം.

1. മാർക്സിസ്റ്റ് അർത്ഥശാസ്ത്രം
2. വൈരുദ്ധ്യാധിഷ്ഠിത ഭൗതികവാദം
3. ചരിത്രപരമായ ഭൗതികവാദം

ഈ മൂന്നുഘടകങ്ങളും പരസ്പരം വൈരുദ്ധ്യാത്മകമായി ബന്ധപ്പെ ട്ടിരിക്കുന്നു. ഒന്നിനെ വേറൊന്നിൽനിന്നും വേർപ്പെടുത്തി മനസ്സിലാക്കാ നാകില്ല. നമ്മുടെ പ്രസ്ഥാനത്തിന്റെ അടിസ്ഥാനരേഖയിൽനിന്നും തുട ങ്ങാം. യൂറോപ്യൻ വിപ്ലവങ്ങൾക്ക് പ്രാരംഭംകുറിച്ച 1848 ലാണത് എഴുത പ്പെട്ടത്. ചരിത്രത്തിൽ ഏറ്റവും സ്വാധീനിക്കപ്പെട്ട കൃതിയാണത്.

കമ്യൂണിസ്റ്റ് മാനിഫെസ്റ്റോ

ഒന്നര നൂറ്റാണ്ടിലേറെക്കാലത്തിനുമുമ്പ് എഴുതപ്പെട്ട പുസ്തകങ്ങളിലേറിയ പങ്കും ഇന്ന് ചരിത്രപരമായ പ്രാധാന്യം മാത്രമുള്ളവയാണ്. നാം ജീവിക്കുന്ന കാലത്തിലെ ഏറ്റവും പ്രധാനപ്പെട്ട മൗലിക പ്രതിഭാസങ്ങളെ മുൻകൂട്ടിക്കണ്ട രീതിയാണ് *കമ്യൂണിസ്റ്റ് മാനിഫെസ്റ്റോ*യെ വ്യത്യസ്തമാക്കുന്നത്. 1847 ൽ രചിക്കപ്പെട്ട ഒരു ഗ്രന്ഥം 21–ാം നൂറ്റാണ്ടിലെ ലോകത്തെപ്പറ്റിയുള്ള സുവ്യക്തവും സത്യസന്ധവുമായ ഒരു ചിത്രം കാഴ്ചവയ്ക്കുന്നു എന്ന കാര്യം തികച്ചും അസാധാരണം തന്നെയാണ്.

യഥാർത്ഥത്തിൽ *കമ്യൂണിസ്റ്റ് മാനിഫെസ്റ്റോ* പുറത്തിറങ്ങിയ 1847 നേക്കാൾ ഏറെ പ്രസക്തമായിട്ടുള്ളത് ഇപ്പോഴാണ്. നമുക്ക് ഒരു ഉദാഹരണം പരിശോധിക്കാം. മാർക്സും എംഗൽസും *കമ്യൂണിസ്റ്റ് മാനിഫെസ്റ്റോ* എഴുതുന്ന കാലത്ത് ബഹുരാഷ്ട്രകുത്തകകൾ വിദൂരതയിലുള്ള ഒരു പ്രതീക്ഷ മാത്രമായിരുന്നു. എന്നിട്ടും അവർ സ്വതന്ത്രകമ്പോളവും മത്സരവും എങ്ങനെ മൂലധന കേന്ദ്രീകരണത്തിലേക്കും ഉല്പാദനശക്തികളുടെ കുത്തകവല്ക്കരണത്തിലേക്കും നയിക്കുമെന്ന് വിശദീകരിച്ചു. ഇക്കാര്യത്തിൽ മാർക്സിന് എങ്ങനെ പിഴച്ചു എന്ന് വാദിച്ച കമ്പോള വ്യവസ്ഥയുടെ പ്രതിരോധകരുടെ വാദങ്ങൾ ഇന്നു വലിയ ഫലിതങ്ങൾ പോലെയായി. മാർക്സിന്റെ ഇക്കാര്യത്തിലെ പ്രവചനം പ്രവചനങ്ങളുടെ ചരിത്രത്തിലെ ഏറ്റവും തിളക്കമാർന്നതായി ഇന്നും നിലകൊള്ളുന്നു.

1980 കളിൽ ചെറുതാണ് മനോഹരം എന്നു പറയുന്നതായിരുന്നു പരിഷ്കാരം. വലുത്, ചെറുത്, ഇടത്തരം തുടങ്ങിയവയുടെ സൗന്ദര്യശാസ്ത്രത്തെപ്പറ്റി ചർച്ച ചെയ്യാൻ ഈ പേജുകൾ ഉപയോഗിക്കുന്നില്ല. അതിനെപ്പറ്റി എല്ലാർക്കുമുണ്ടാകും അഭിപ്രായങ്ങൾ. എന്നാൽ ഒരുകാര്യം തീർച്ചയാണ്. മാർക്സ് മുൻകൂട്ടി കണ്ട മൂലധനത്തിന്റെ കേന്ദ്രീകരണ പ്രക്രിയ സംഭവിച്ചതാണ്. സംഭവിച്ചുകൊണ്ടിരിക്കുന്നതാണ്. കഴിഞ്ഞ ഒടുവിലത്തെ പത്തുവർഷങ്ങളിൽ കേന്ദ്രീകരണം മുമ്പെങ്ങും ഇല്ലാത്ത വിധത്തിൽ വർദ്ധിച്ചിരിക്കുന്നു.

മൂലധന കേന്ദ്രീകരണം ഏറ്റവും ശക്തമായ അമേരിക്കയിൽ 2010 ൽ മൊത്ത ആഭ്യന്തര ഉല്പാദനത്തിന്റെ 73.5% അഞ്ഞൂറ് കോർപ്പറേഷനുകളിൽ നിന്നാണ്. ഈ അഞ്ഞൂറ് കമ്പനികൾ ചേർന്ന് ഒരു സ്വതന്ത്രരാഷ്ട്രമായാൽ അത് ലോകത്തെ ഏറ്റവും ശക്തമായ രണ്ടാമത്തെ രാജ്യമാകും. അമേരിക്കയ്ക്കു പിന്നിൽ ഈ 500 കോർപ്പറേഷനുകൾ ചേർന്ന് 824.5 ബില്യൺ ഡോളർ ലാഭമുണ്ടാക്കി. 2010 ൽനിന്നും 16% വർദ്ധന. ലോകത്താകെയുള്ള 2000 വലിയ കമ്പനികൾ 32 ട്രില്യൺ ഡോളറിന്റെ വരുമാനമുണ്ടാക്കുന്നു. 2.4 ട്രില്യൺ ലാഭമുണ്ടാക്കുന്നു. അവയ്ക്കാകെ 138 ട്രില്യൺ ആസ്തിയും 38 ട്രില്യൺ ഡോളർ കമ്പോളവിലയും. 2010–11 കാലയളവിൽ ലാഭം 67% കണ്ടു വർദ്ധിക്കുകയുമുണ്ടായി.

മാർക്സും എംഗൽസും *മൂലധനം* രചിക്കുന്ന കാലത്ത് അവരുടെ വാദങ്ങൾക്ക് തെളിവുനല്കാനായിരുന്നില്ല. നേരെ മറിച്ച് അവരുടെ കാലത്തെ മുതലാളിത്തം ചെറുകിട വ്യാപാരത്തെയും സ്വതന്ത്രകമ്പോളത്തിലെ മത്സരത്തെയും ആശ്രയിച്ചാണ് നിലനിന്നിരുന്നത്. എന്നാൽ ഇന്ന് ലോകത്താകമാനമുള്ള മുതലാളിത്ത രാജ്യങ്ങളിലെ സമ്പദ് വ്യവസ്ഥ എക്സോൺ, വാൾമാർട്ട് (Exxon and Walmart) തുടങ്ങിയ ഏതാനും ബഹുരാഷ്ട്രകുത്തകക്കമ്പനികളുടെ കൈപ്പിടിയിലാണ്. മിക്ക രാജ്യങ്ങളിലെയും വാർഷിക ബഡ്ജറ്റിനെ കവച്ചുവയ്ക്കുന്ന ധനശേഖരമാണ് അവരുടെ പക്കലുള്ളത്. മാർക്സിന് സ്വപ്നം കാണാൻ കഴിയാത്തതിനേക്കാൾ വ്യക്തമായാണ് അദ്ദേഹത്തിന്റെ കമ്യൂണിസ്റ്റ് മാനിഫെസ്റ്റോ പ്രവചനങ്ങൾ ശരിയായി വന്നത്. മുതലാളിത്തത്തെ പ്രതിരോധിക്കുന്നവർ ഒരിക്കലും മാർക്സിന് മാപ്പു നല്കില്ല. കാരണം മുതലാളിത്തം അതിന്റെ യുവത്വത്തിന്റെ തേജസ്സുമായി നിലകൊണ്ടപ്പോഴാണ് മാർക്സ് അതിന്റെ ആന്തരിക ജീർണ്ണത ചൂണ്ടിക്കാട്ടിയത്. പതിറ്റാണ്ടുകൾ അവർ മാർക്സിന്റെ നിഗമനങ്ങൾ തെറ്റെന്നുകാണിക്കാൻ കിണഞ്ഞു ശ്രമിച്ചു. മൂലധനത്തിന്റെ കേന്ദ്രീകരണം ചെറിയ സംരംഭങ്ങളെ തകർക്കുമെന്ന് മാർക്സ് മുൻകൂട്ടി പ്രവചിച്ചിരുന്നു.

മുമ്പൊരിക്കലും സ്വപ്നം കാണാൻ പോലും കഴിയാത്തവിധം മൂലധനത്തിന്റെ കേന്ദ്രീകരണം സംഭവിച്ചിരിക്കുന്നു. എല്ലാ വികസിത വ്യവസായവല്കൃത രാജ്യങ്ങളിലും പകർച്ചവ്യാധിപോലെ ചെറുകിട സംരംഭങ്ങളുടെ ഏറ്റെടുക്കൽ വ്യാപിക്കുന്നു. ഇത്തരത്തിലുള്ള കൈയടക്കലുകൾക്കായി എല്ലാത്തരം നിയമവിരുദ്ധ നടപടികളും കൈക്കൊള്ളുന്നു. അകത്തുനിന്നുള്ള ഇടപാടുകൾ, ഷെയർ വിലയിൽ കൃത്രിമം കാണിക്കൽ, വഞ്ചന, പണം വെളിപ്പിക്കൽ, ബാങ്കുകളെ ഉപയോഗിച്ചുള്ള കള്ളക്കളികൾ എല്ലാം ഇവിടെ പ്രയോഗിക്കപ്പെടുന്നു. മൂലധനത്തിലെ ഈ കേന്ദ്രീകരണം ഉല്പാദന വളർച്ചയെക്കുറിക്കുന്നില്ല. തകർച്ചയെയാണ് സൂചിപ്പിക്കുന്നത്. പുതിയ ഫാക്ടറികൾ തുറക്കാനോ യന്ത്രസാമഗ്രികൾ സ്ഥാപിക്കാനോ അല്ല, നിലവിലുള്ളവ പൂട്ടിക്കാനും തൊഴിലാളികളെ പുറത്താക്കാനുമാണ് ഈ കേന്ദ്രീകരണം ഇടയാക്കുന്നത്. ലാഭം കുന്നുകൂട്ടുക മാത്രമാണ് ലക്ഷ്യം. ഉല്പാദനം കൂടാതെ അവർക്ക് ലാഭം കുന്നുകൂട്ടണം. രണ്ട് സ്വിസ് ബാങ്കുകൾ ലയിച്ചപ്പോൾ 13,000 പേർക്ക് ജോലി നഷ്ടമായത് ഓർക്കുക.

ആഗോളവല്ക്കരണവും അസമത്വവും

നമുക്ക് കാൾ മാർക്സിന്റെ മറ്റൊരു പ്രവചനം നോക്കാം.

"എല്ലാ സങ്കുചിതത്വങ്ങളും ദേശീയ വ്യക്തിവാദങ്ങളും ആഗോള കമ്പോളത്തിന്റെ വികാസത്തോടെ നിലനില്ക്കാതാകും. എത്ര വലുതും ശക്തിമത്തും ആയാലും ഏതുരാജ്യവും ആഗോള കമ്പോളത്തിനു കീഴ്പ്പെടേണ്ടിവരും. അതായിരിക്കും ജനങ്ങളുടെയും രാജ്യങ്ങളുടെയും ഭാഗധേയത്വം നിർണ്ണയിക്കുക." (1847)

ഈ താത്ത്വികമായ ദീർഘദർശിത്വം മാർക്സിസ്റ്റ് രീതിശാസ്ത്രത്തിന്റെ നടുനായകത്വത്തെക്കുറിക്കുന്നു.

ആഗോളവല്ക്കരണത്തെ പുതിയൊരു പ്രതിഭാസമായാണ് സാധാരണയായി വീക്ഷിക്കപ്പെടുന്നത്. എന്നാൽ മുതലാളിത്തത്തിൻകീഴിൽ ഒരു ആഗോളകമ്പോളം എന്ന ആശയം വർഷങ്ങൾക്കുമുമ്പ് *കമ്യൂണിസ്റ്റ് മാനിഫെസ്റ്റോയിൽ* മാർക്സും എംഗൽസും പ്രവചിച്ചിരുന്നു. എല്ലാ പ്രതിസന്ധികളെയും തട്ടിമാറ്റി നമ്മുടെ യുഗത്തിലെ ഏറ്റവും നിർണ്ണായക ശക്തിയായി, അധീശത്ത ശക്തിയായി ആഗോള കമ്പോളം വികസിച്ചിരിക്കുന്നത് നാം കാണുന്നു. രണ്ടാം ലോക മഹായുദ്ധാനന്തരം ആഗോളതലത്തിലെ തൊഴിൽ വിഭജനം തീവ്രമാകുന്നത് നാം കണ്ടു. ഒരു പരീക്ഷണശാലയിലെ കണ്ടെത്തൽപോലെ കൃത്യതയോടെ മാർക്സ് ഈ പ്രശ്നം വിശകലനം ചെയ്തിരുന്നു. മാർക്സിന്റെ നിരീക്ഷണം എത്ര ഗരിമയാർന്നതാണെന്ന് ഇത് സൂചിപ്പിക്കുന്നു. ഇതിനു ശേഷവും മൂലധനത്തിന്റെ കേന്ദ്രീകരണം വർഗ്ഗങ്ങൾക്കിടയിലെ കേന്ദ്രീകരണം തീവ്രതരമാക്കുമെന്ന മാർക്സിന്റെ കാഴ്ചപ്പാട് തെറ്റാണെന്നു തെളിയിക്കാൻ പലരും കിണഞ്ഞു ശ്രമിച്ചു. സർവ്വതന്ത്ര സ്വതന്ത്രമായ സ്വതന്ത്ര കമ്പോളത്തിന്റെ സുവർണ്ണകാലഘട്ടം തിരിച്ചുപിടിക്കാനുള്ള ബൂർഷ്വാസിയുടെ

ദിവാസ്വപ്നം മാത്രമായിരുന്നു അത്. അവശതയനുഭവിക്കുന്ന ഒരു പടു വൃദ്ധൻ തന്റെ നഷ്ടപ്പെട്ട യുവത്വം തിരിച്ചുപിടിക്കാൻ ശ്രമിക്കുംപോലെ യാണത്.

ദൗർഭാഗ്യവശാൽ നഷ്ടയുവത്വം തിരിച്ചുപിടിക്കാനുള്ള ഒരു സാദ്ധ്യ തയും മുതലാളിത്തത്തിനു മുന്നിലില്ല. ഗൃഹാതുരതയോടെ ബൂർഷ്വാസി തിരിഞ്ഞു നോക്കുമെങ്കിലും ചെറുകിട സംരംഭങ്ങളുടെ കാലം മടങ്ങി വരാനാകാത്തവിധം കഴിഞ്ഞുപോയിരിക്കുന്നു. ബൂർഷ്വാ ഭരണകൂടങ്ങ ളുടെയും വൻകിട ബാങ്കുകളുടെയും സഹായത്തോടെ ഭീമൻ കുത്തക കൾ ലോകത്തെല്ലായിടത്തുമുള്ള സമൂഹങ്ങളെയും ജനജീവിതത്തെയും കീഴ്പ്പെടുത്തിയിരിക്കുന്നു. വർഗ്ഗങ്ങൾ തമ്മിലുള്ള വിടവ് അനുദിനം ശക്തി പ്പെട്ടുവരുന്നു. അതിനെ തടഞ്ഞു നിർത്താൻ ആരാലുമാകില്ല.

നമുക്ക് അമേരിക്കൻ ഐക്യനാടുകളുടെ കാര്യം തന്നെയെടുക്കാം. അവിടത്തെ ഏറ്റവും സമ്പന്നരായ 400 കുടുംബങ്ങളുടെ ആസ്തി ഏറ്റവും അടിത്തട്ടിലുള്ള 50% ജനസംഖ്യയുടെ ആകെ ആസ്തിയേക്കാൾ കൂടു തലാണ്. വാൾ മാർട്ടിന്റെ അവകാശികളായ ആറുപേരുടെ ആസ്തി ഏറ്റവും അടിത്തട്ടിലെ അമേരിക്കക്കാരുടെ 30% ത്തിന്റെ ആകെ ആസ്തി യിലേറെ വരും. അമേരിക്കയിലെ ഏറ്റവും പാവപ്പെട്ട 50% ജനങ്ങളുടെ ആകെ ആസ്തി രാജ്യത്തിന്റെ ആകെ സമ്പത്തിന്റെ 2.5% മാത്രമാണ്. അമേരിക്കയിലെ അതിസമ്പന്നരായ 1% ന്റെ വരുമാനം 1978 ൽ ദേശീയ വരുമാനത്തിന്റെ 17.6% കണ്ട് വർദ്ധിച്ചിരുന്നുവെങ്കിൽ 2011 ആയപ്പോൾ അത് 37.1% ആയി വർദ്ധിച്ചിരിക്കുന്നു.

കഴിഞ്ഞ മുപ്പത് വർഷങ്ങൾക്കിടയിൽ ധനികരും ദരിദ്രരും തമ്മി ലുള്ള വിടവ് ഭയാനകമാംവിധം വർദ്ധിച്ചിരിക്കുന്നു. വ്യവസായവല്കൃത മായ പാശ്ചാത്യ രാജ്യങ്ങളിലെ ധനികരായ പത്തുശതമാനത്തിന്റെ ശരാ ശരി വരുമാനം ദരിദ്രരായ പത്തുശതമാനത്തിന്റെ ഒമ്പതു മടങ്ങാണ്. അതു വലിയൊരു വ്യത്യാസം തന്നെയാണ്. ഒ ഇ സി ഡി (Organisation for Economic co-operation and development) പ്രസിദ്ധീകരിച്ച കണ ക്കുപ്രകാരം അമേരിക്കയിലും ബ്രിട്ടണിലും തുടങ്ങിയ ഈ അസമത്വം ഡെൻമാർക്കിലേക്കും ജർമ്മനിയിലേക്കും സ്വീഡനിലേക്കും പടർന്നിരി ക്കുന്നുവെന്നു കാണാം. ഈ രാജ്യങ്ങൾ അസമത്വം താരതമ്യേന കുറ ഞ്ഞവയായാണ് കണക്കാക്കപ്പെടുന്നത്. ബാങ്ക് ഉടമകളിൽ കുന്നുകൂടിയ സമ്പത്ത് ഇന്ന് ചർച്ചാവിഷയമാണ്. എന്നാലിത് ധനകാര്യമേഖലയിൽ മാത്രമായി ഒരുങ്ങാൻ പോകുന്നില്ല. വൻകിട കമ്പനികളിലെ ഡയറ ക്ടർമാർ അവിടത്തെ താണവരുമാനക്കാരായ തൊഴിലാളികളെക്കാൾ 200 മടങ്ങ് വേതനം കൈപ്പറ്റുന്നു. വർദ്ധിച്ചുവരുന്ന ഈ അന്തരം വ്യാപ കമായ അസംതൃപ്തിയിലേക്കും തെരുവ് പ്രതിഷേധങ്ങളിലേക്കും പട രുന്നു. ഒരു രാജ്യത്തുനിന്നും മറ്റൊരു രാജ്യത്തേക്കിത് വ്യാപിക്കുന്നു. പണിമുടക്കുകൾ, പൊതു പണിമുടക്കുകൾ, പ്രകടനങ്ങൾ, കലാപങ്ങൾ

എന്നിവ ആളിപ്പടരുന്ന ജനരോഷത്തിന്റെ പ്രകടിത രൂപങ്ങളാണ്. അധികാരത്തിലിരിക്കുന്ന ഗവൺമെന്റ് ഏതായാലും അതിനെതിരെ ജനങ്ങൾ തിരഞ്ഞെടുപ്പുകളിൽ വോട്ടു ചെയ്യുന്നു.

വാൾസ്ട്രീറ്റ് കൈയടക്കി നടത്തിയ സമരത്തെ 54% പേർ പിന്തുണച്ചതായി *ടൈം* മാസിക നടത്തിയ സർവ്വെ കണ്ടെത്തിയിരുന്നു. പാവപ്പെട്ടവരും പണക്കാരും തമ്മിലെ വിടവ് വർദ്ധിച്ചുവെന്ന് 79% പേരും കരുതുന്നു. ധനകാര്യ സ്ഥാപനങ്ങളുടെ തലപ്പത്തുള്ളവരെ വിചാരണ ചെയ്യണമെന്ന് 71% പേരും ധനികരിൽനിന്നും ഉയർന്ന നികുതി വാങ്ങണമെന്ന് 68% പേരും കരുതുന്നു. അമേരിക്കയിൽ ഉടനടി വിപ്ലവം നടക്കുമെന്നൊന്നും കരുതേണ്ടതില്ല. ഒരു കാര്യം ഉറപ്പാണ്, മുതലാളിത്തത്തിനെതിരെയുള്ള അസംതൃപ്തി വ്യാപകമാകുന്നു. മുമ്പെങ്ങുമില്ലാത്ത വിധം മുതലാളിത്തം ചോദ്യം ചെയ്യപ്പെടുന്നു എന്ന യാഥാർത്ഥ്യത്തിനു നേരെ ഇനിയാർക്കും മുഖം തിരിക്കാനാവില്ല.

തൊഴിലില്ലായ്മ എന്ന കൊടിയ വിപത്ത്

കമ്യൂണിസ്റ്റ് *മാനിഫെസ്റ്റോയിൽ* നാം ഇപ്രകാരം വായിക്കുന്നു:

> മേലിൽ സമൂഹത്തിലെ ഭരണവർഗ്ഗമായി നിലനില്ക്കാനും അതിന്റെ ജീവിതോപാധികളെ ഒരു പരമോന്നത നിയമമെന്നോണം സമൂഹത്തിന്റെ മേൽ അടിച്ചേല്പിക്കാനും ബൂർഷ്വാസിക്ക് യോഗ്യതയില്ലെന്ന് അങ്ങനെ തെളിയുന്നു. അതിനു ഭരിക്കാൻ അർഹതയില്ല, കാരണം അതിന്റെ അടിമയ്ക്ക് ആ അടിമത്തത്തിനുകീഴിൽപ്പോലും ഉപജീവനത്തിന് ഉറപ്പുനല്കാൻ അതിനു കഴിയില്ല. അടിമ ബൂർഷ്വാസിയെ തീറ്റിപ്പോറ്റുന്നതിനുപകരം, അടിമയെ തീറ്റിപ്പോറ്റേണ്ടിവരുന്ന ഗതികേടാണ് ബൂർഷ്വാസിക്കു വന്നു ചേർന്നിട്ടുള്ളത്. അത്രയും ആഴത്തിലേക്ക് അവൻ ആണ്ടുപോകുന്നതിനെ തടഞ്ഞു നിർത്താൻ ബൂർഷ്വാസിക്ക് സാധിക്കാതായിരിക്കുന്നു. ഈ ബൂർഷ്വാസിക്കു കീഴിൽ സമൂഹത്തിനു ജീവിക്കാൻ ഇനി സാദ്ധ്യമല്ല. മറ്റൊരു വിധത്തിൽ പറഞ്ഞാൽ, അതിന്റെ നിലനില്പ് സമൂഹവുമായി പൊരുത്തപ്പെടാത്തതായിക്കഴിഞ്ഞിരിക്കുന്നു."

ഈ വാക്കുകൾ സത്യമായി വന്നു. നമ്മുടെ നിയന്ത്രണത്തിലല്ലാത്ത ശക്തികൾ നമ്മുടെ ജീവിതത്തെ നിയന്ത്രിക്കുന്നതായി സമൂഹത്തിലെ എല്ലാ വിഭാഗങ്ങളും കരുതുന്നു. ഭയവും അനിശ്ചിതത്വവും സമൂഹത്തെ പിടികൂടിയിരിക്കുന്നു. സുരക്ഷിതത്വമില്ലായ്മ ഒരു വികാരമായി സമൂഹത്തെയാകെ ഗ്രസിച്ചിരിക്കുന്നു.

മാർക്സ് മുൻകൂട്ടിക്കണ്ടതിലും കൂടുതൽ കൂട്ടത്തോടെയുള്ള തൊഴിലില്ലായ്മയാണ് ജനങ്ങൾ അനുഭവിക്കുന്നത്. തൊഴിലാളികളുടെ കരുതൽ സേനയെപ്പറ്റി മാർക്സ് ഇപ്രകാരം എഴുതി.

> അതായത് കൂലി കുറച്ചു നിർത്താനായി തൊഴിലില്ലാത്തവരുടെ ഒരു സേനയെ മുതലാളിത്തം നിലനിർത്തുന്നു. സമ്പദ് വ്യവസ്ഥ മാന്ദ്യത്തിൽനിന്നും കരകയറുമ്പോൾ കരുതൽ സേനയായി ഇവർ വർത്തിക്കുന്നു.

നാമിന്നുകാണുന്ന തൊഴിലില്ലായ്മ മാർക്സ് പറഞ്ഞതുമാതിരിയുള്ള കരുതൽ സേനയല്ല. അത്, മുതലാളിത്ത കാഴ്ചപ്പാടിൽ പ്രയോജനകരമായ ഒരു പങ്കാണു വഹിക്കുന്നത്.

മുൻകാലങ്ങളിൽ തൊഴിലാളികൾക്കു പരിചിതമായ ചാക്രികമായ തൊഴിലില്ലായ്മയല്ല ഇത്. ചാക്രികമായ തൊഴിലില്ലായ്മ മാന്ദ്യകാലത്ത് പ്രത്യക്ഷപ്പെടുകയും സമ്പദ് വ്യവസ്ഥ പുഷ്ടിപ്പെടുമ്പോൾ അപ്രത്യക്ഷമാവുകയും ചെയ്യുന്ന പ്രതിഭാസമാണ്. ഇപ്പോഴത്തെ തൊഴിലില്ലായ്മ സ്ഥിര സ്വഭാവമുള്ളതും ഘടനാപരവും ജൈവപരവുമായ തൊഴിലില്ലായ്മയാണ്. അഭിവൃദ്ധിയുടെ ഘട്ടങ്ങളിൽ അത് കുറയുന്നില്ല. അത് ഉല്പാദനപ്രക്രിയയെ പിന്നോട്ടുവലിക്കുന്ന ഭീമമായ ഭരമാണ്. ഇന്നത്തെ വ്യവസ്ഥിതി എത്തിച്ചേർന്നിട്ടുള്ള മാരകാവസ്ഥയുടെ സൂചനയാണത്.

2008 ലെ പ്രതിസന്ധിക്ക് ഒരു പതിറ്റാണ്ടുമുമ്പ് ഐക്യരാഷ്ട്രസംഘടനയുടെ കണക്കുകൾ പ്രകാരം ലോകതൊഴിലില്ലായ്മ 120 മില്യനായി ഉയർന്നു. 2013 ൽ അത് 202 മില്യൻ കടന്നു. എല്ലാ ഔദ്യോഗിക കണക്കുകളുംപോലെ യഥാർത്ഥ വസ്തുതയുടെ ന്യൂനീകരിക്കപ്പെട്ട ഒരു ചിത്രം മാത്രമാണിത്. യഥാർത്ഥ കണക്ക് ഇതിനും എത്രയോ മുകളിലായിരിക്കും. അരികുവല്ക്കരിക്കപ്പെട്ട തൊഴിലുകളിൽ ഏർപ്പെടുന്നവരുടെ കണക്കുകൂടി ഇതിനോടൊപ്പം ചേർത്താൽ ലോക തൊഴിലില്ലായ്മ 1000 മില്യൻ കടക്കും.

സാമ്പത്തിക മാന്ദ്യത്തിൽനിന്നും കരകയറിയെന്ന് അവകാശപ്പെടുമ്പോഴും മുൻ സാമ്പത്തിക ഊർജ്ജകേന്ദ്രങ്ങളായ ജർമ്മനിയും ഫ്രാൻസും പൂജ്യം വളർച്ചാ നിരക്കാണ് രേഖപ്പെടുത്തിയത്. ജപ്പാന്റെ സമ്പദ് വ്യവസ്ഥപോലും സ്തംഭനാവസ്ഥയിലായി. ലക്ഷക്കണക്കിനു കുടുംബങ്ങളെ കൊടിയ ദുരിതങ്ങളിലാഴ്ത്തി എന്നതിനു പുറമെ സാമ്പത്തിക ശാസ്ത്രത്തിന്റെ വീക്ഷണത്തിലൂടെ നോക്കിയാൽ ഭീമമായ ഉല്പാദന നഷ്ടവും ഉല്പന്നനഷ്ടവുമാണതു സൃഷ്ടിച്ചത്. തൊഴിലാളി സംഘടനാ നേതാക്കൾ മുൻകാലങ്ങളിൽ വച്ചുപുലർത്തിയ വ്യാമോഹങ്ങൾക്കു വിരുദ്ധമായി കൂട്ടത്തോടുള്ള തൊഴിലില്ലായ്മ ലോകത്താകമാനമുള്ള സമൂഹങ്ങളിൽ ക്യാൻസർ പോലെ വ്യാപിച്ചിരിക്കുന്നു.

മുതലാളിത്ത പ്രതിസന്ധി മാരകമായ പ്രഹരമേല്പിച്ചത് യുവതയ്ക്കാണ്. ലോകത്താകമാനം യുവതീയുവാക്കളുടെ തൊഴിലില്ലായ്മ ഗുരുതരമാവുകയാണ്. ബ്രിട്ടനിലെ വിദ്യാർത്ഥി കലാപങ്ങൾക്കും ചെലവുചുരുക്കലിനെതിരെ സ്പെയിനിൽ നടന്ന (Indignados) പ്രക്ഷോഭങ്ങൾക്കും പിറകിൽ 75% യുവതീയുവാക്കളും തൊഴിൽ രഹിതരുമാണെന്ന വസ്തുതയാണ്.

യൂറോപ്പിൽ തൊഴിലില്ലായ്മ പെരുകുന്നു. സ്പെയിനിൽ അത് 27% ആകുന്നു. അവിടത്തെ യുവതയ്ക്കിടയിലെ തൊഴിലില്ലായ്മയാകട്ടെ 55% ഉം ഗ്രീസിൽ അത് 62% വുമാണ്. ലാഭത്തിന്റെ അൾത്താരയിൽ ഒരു തലമുറയിലെ മുഴുവൻ യുവതീയുവാക്കളുടെയും ജീവിതം ബലി നല്കപ്പെടുന്നു. ഉന്നത വിദ്യാഭ്യാസംകൊണ്ട് മോചനം നേടാമെന്നു കരുതിയവർ അവരുടെ സാദ്ധ്യതകൾ അവിടെയും അടഞ്ഞുപോയതായി കാണുന്നു. ബ്രിട്ടനിൽ സൗജന്യമായിരുന്ന ഉന്നത വിദ്യാഭ്യാസം ഇന്ന് വില കൊടുത്തു വാങ്ങേണ്ട ചരക്കായി മാറി. ഉയർന്ന കഴിവുകൾ നേടാൻ ജീവിതകാലം മുഴുവൻ കടത്തിന് അടിമയാകേണ്ട സാഹചര്യം സംജാതമായിരിക്കുന്നു.

പ്രായത്തിന്റെ അങ്ങേത്തലയ്ക്കലെത്തിയ തൊഴിലാളികൾ കൂടുതൽ കാലം പണിയെടുക്കേണ്ടിവരുന്നു. ജീവിതത്തിന്റെ സായാഹ്നത്തിൽ ലഭിക്കേണ്ട തുച്ഛമായ പെൻഷനുവേണ്ടി കൂടുതൽ പണം ഒടുക്കേണ്ടിയും വരുന്നു. വയസ്സായവർക്കാകട്ടെ, യുവാക്കൾക്കാകട്ടെ ജീവിതം സുരക്ഷിതത്ത്വമില്ലാതായി മാറിക്കഴിഞ്ഞിരിക്കുന്നു. ബൂർഷ്വാസി പ്രചരിപ്പിച്ചുവന്ന പഴയ സദാചാര സങ്കല്പങ്ങളും കുടുംബമൂല്യങ്ങളും വെറും പൊള്ളയാണെന്നു തെളിഞ്ഞിരിക്കുന്നു. തൊഴിലില്ലായ്മ, ഭവനരാഹിത്യം, കടക്കെണി, കടുത്ത സാമൂഹ്യ അസമത്വം ഇതെല്ലാം ചേർന്ന് ഒരു തലമുറയിലെയാകെ സാധാരണ മനുഷ്യരുടെ ജീവിതത്തെ ചെളിക്കുണ്ടിലേക്ക് എറിഞ്ഞിരിക്കുന്നു. കുടുംബജീവിതം താറുമാറാവുന്നു. വ്യവസ്ഥിതി സൃഷ്ടിച്ച ദാരിദ്ര്യവും നിരാശയും അധഃപതനവും പ്രതീക്ഷാരാഹിത്യവും ലോകമെമ്പാടും നടമാടുന്നു.

അമിതോല്പാദന പ്രതിസന്ധി

ഗ്രീക്കു പുരാണത്തിലെ പ്രൊക്രൂസ്റ്റസിന്റെ കഥ നമുക്കറിയാം. കട്ടിലിനനുസരിച്ച് അതിഥികളുടെ കാലുമുറിക്കുന്ന കഥ. ആധുനിക മുതലാളിത്തം പ്രൊക്രൂസ്റ്റസിനെപ്പോലെയാണ്. മുതലാളിത്ത വ്യവസ്ഥിതിയുടെ സങ്കുചിതമായ രീതികൾക്കനുരോധമാകാൻ അത് ഉല്പാദന ഉപാദികളെയാകെ തന്ത്രപൂർവ്വം നശിപ്പിക്കുകയാണ്. ഈ സാമ്പത്തിക ഗുണ്ടായിസം വൻതോതിൽ കടുംവെട്ടു നടത്തുകയാണ്.

ക്രെയിനിൽ ഘടിപ്പിച്ച കൂറ്റൻ ഇരുമ്പുഗോളമുപയോഗിച്ച് ഉയരം കൂടിയ കെട്ടിടങ്ങളെ തകർക്കുന്നതിനോടാണ് ജോർജ് സോറോസ് (Geroge Soros) ഇതിനെ ഉപമിച്ചത്. ഈ മുതലാളിത്ത കൂടപ്രയോഗത്തിൽ കെട്ടിടങ്ങൾ മാത്രമല്ല സമ്പദ് വ്യവസ്ഥകളും ഭരണകൂടങ്ങളുമാണ് തകർക്കപ്പെടുന്നത്. ഇക്കാലത്തെ മുദ്രാവാക്യങ്ങൾ ചെലവു ചുരുക്കലും വെട്ടിക്കുറയ്ക്കലും തുടർന്നുവരുന്ന ജീവിത നിലവാരത്തകർച്ചയുമാണ്. പൊതു ചെലവുകൾ വെട്ടിച്ചുരുക്കൂ! ലോകത്താകെ ഉയർന്നുകേൾക്കുന്ന ശബ്ദം ഇതാണ്. ലോകത്താകമാനമുള്ള ഭരണകൂടങ്ങൾ ഒരേ നയമാണ് പിന്തുടരുന്നത്. വ്യക്തികളായ രാഷ്ട്രീയക്കാരുടെ ഇഷ്ടാനിഷ്ടങ്ങളോ, അജ്ഞതയോ തെറ്റായ വിശ്വാസങ്ങളോ (അത്തരക്കാർ ഏറെയുണ്ടെങ്കിലും) അല്പ മുതലാളിത്ത വ്യവസ്ഥയെ പിൻപറ്റുന്നതാണ് ഇതിനു കാരണം.

വസ്തുതയെന്താണെന്നുവച്ചാൽ, മുതലാളിത്ത വ്യവസ്ഥ അതിന്റെ പാരമ്യത്തിൽ എത്തിക്കഴിഞ്ഞിരിക്കുന്നു. ഉല്പാദന ശക്തികളെ കെട്ടഴിച്ചുവിടാനുള്ള പ്രാപ്തി അതിനു നഷ്ടമായിരിക്കുന്നു. ഗോയ്ഥേയുടെ (Goethe) ഭൂതമൊഴിപ്പിക്കുന്നവന്റെ സഹായിയെപ്പോലെ തനിക്കു നിയന്ത്രിക്കാനാവാത്ത ശക്തിക്കു മുന്നിൽ പകച്ചു നില്ക്കുകയാണത്. ചെല

വുകൾ വെട്ടിച്ചുരുക്കുന്നതുവഴി അവർ യഥാർത്ഥത്തിൽ ചോദനയെയും കമ്പോളത്തെത്തന്നെയും വെട്ടിച്ചുരുക്കുകയാണ്. അതും അമിതോല്പാദനപ്രതിസന്ധി ലോകത്തു നിലനില്ക്കുന്നു എന്ന് ബൂർഷ്വാ സാമ്പത്തിക വിദഗ്ദ്ധർ തന്നെ മുന്നറിയിപ്പു നല്കുമ്പോൾ. ആട്ടോ മൊബൈൽ വ്യവസായത്തിന്റെ ഉദാഹരണം നമുക്ക് പരിശോധിക്കാം. സ്റ്റീൽ, പ്ലാസ്റ്റിക്, കെമിക്കൽ, ഇലക്ട്രോണിക്സ് തുടങ്ങിയ നിരവധി മേഖലകൾ ഉൾച്ചേർന്നിരിക്കുന്നു എന്നതാണ് ആട്ടോ മൊബൈൽ വ്യവസായത്തിന്റെ സവിശേഷത.

ആട്ടോ മൊബൈൽ വ്യവസായത്തിന്റെ ശേഷിയും പ്രാപ്തിയും ആവശ്യമുള്ളതിന്റെ മുപ്പതു ശതമാനത്തിലേറെയാണ്. ഇതിനർത്ഥം ഫോർഡ്, ജനറൽ മോട്ടേഴ്സ്, ഫിയറ്റ്, റിനോ, ടയോട്ട തുടങ്ങിയ വാഹന നിർമ്മാതാക്കൾക്ക് അവരുടെ മൂന്നിലൊന്നു ഫാക്ടറികളും അടച്ചിടാമെന്നും അത്രയും തൊഴിലാളികളെ ലേ ഓഫ് ചെയ്യാമെന്നുമാണ്. എന്നാലും അവർക്ക് അവർ പ്രതീക്ഷിക്കുന്ന ലാഭത്തിൽ വാഹനങ്ങൾ വില്ക്കാനാവില്ല. മറ്റ് മേഖലകളിലും ഇതേ പ്രശ്നം നിലനില്ക്കുന്നു. ഈ അധികശേഷി പ്രശ്നം പരിഹരിക്കപ്പെടാതെ യഥാർത്ഥ പ്രതിസന്ധിയും പരിഹരിക്കപ്പെടില്ല. മുതലാളിത്തത്തിന്റെ ധർമ്മസങ്കടം നമുക്ക് എളുപ്പത്തിൽ മനസ്സിലാക്കാവുന്നതേയുള്ളൂ. യൂറോപ്പും അമേരിക്കയും വാങ്ങിയില്ലെങ്കിൽ ചൈനയ്ക്ക് ഉല്പാദിപ്പിക്കാനാവില്ല. ചൈനയ്ക്ക് മുമ്പ് ഉല്പാദിപ്പിച്ചതുപോലെ ഉല്പാദിപ്പിക്കാനായില്ലെങ്കിൽ ബ്രസീൽ, അർജന്റീന, ആസ്ട്രേലിയ തുടങ്ങിയ രാജ്യങ്ങൾക്ക് അസംസ്കൃത വസ്തുക്കൾ കയറ്റി അയക്കാനാവില്ല. ലോകം അപ്രകാരം ബന്ധിപ്പിക്കപ്പെട്ടിരിക്കുന്നു. യൂറോ പ്രതിസന്ധി അമേരിക്കയെ ബാധിക്കും. സ്വതവേ ദുർബ്ബലമായ അമേരിക്കൻ സമ്പദ് വ്യവസ്ഥയെ ബാധിച്ചാൽ ലോക സമ്പദ് വ്യവസ്ഥയെ അതു ബാധിക്കും. അതായത്, ആഗോളവല്ക്കരണം ആഗോള മുതലാളിത്ത പ്രതിസന്ധിയായി പരിണമിച്ചിരിക്കുന്നു.

അന്യവല്ക്കരണം

ലോകത്താകമാനമുള്ള തൊഴിലാളിവർഗ്ഗം അനുഭവിക്കുന്ന സാഹചര്യങ്ങളെ *മാനിഫെസ്റ്റോ* രചയിതാക്കൾ തങ്ങളുടെ അപാരമായ ദീർഘദൃഷ്ടിയിൽ മുൻകൂട്ടി കണ്ടിരുന്നു.

> യന്ത്രങ്ങൾ വിപുലമായ തോതിൽ ഉപയോഗിക്കുന്നതിനാലും തൊഴിൽ വിഭജനം നിമിത്തവും തൊഴിലാളികളുടെ അദ്ധ്വാനത്തിന് വ്യക്തിത്വവും തന്മൂലം എല്ലാ ആകർഷകത്വവും നശിച്ചിരിക്കുന്നു. അവൻ യന്ത്രത്തിന്റെ വെറുമൊരു അനുബന്ധമായിത്തീരുന്നു. ഏറ്റവും ലളിതവും, മുഷിപ്പനും, എളുപ്പത്തിൽ നേടാൻ കഴിയുന്നതുമായ സാമർത്ഥ്യം മാത്രം അവനുണ്ടായാൽ മതി. അതുകൊണ്ട്, ഒരു തൊഴിലാളിയുടെ ഉല്പാദനച്ചെലവ് അവന്റെ നിലനില്പിനും വംശവർദ്ധനവിനും വേണ്ട ഉപജീവനമാർഗ്ഗങ്ങളിൽ ഒട്ടുമുക്കാലും പൂർണ്ണമായും ഒതുങ്ങി നില്ക്കുന്നു. പക്ഷേ, ഒരു ചരക്കിന്റെ വിലയും അതുകൊണ്ട് അദ്ധ്വാനത്തിന്റെ വിലയും അതിന്റെ ഉല്പാദന ചെലവിനു തുല്യമാണല്ലോ. അപ്പോൾ തൊഴിലിന്റെ അനാകർഷകത്വം എത്രത്തോളം വർദ്ധിക്കുന്നുവോ, അതേ തോതിൽ കൂലി കുറയുന്നു. മാത്രമല്ല, യന്ത്രങ്ങളുടെ ഉപയോഗവും തൊഴിൽ വിഭജനവും വർദ്ധിക്കുന്ന തോതിൽത്തന്നെ അദ്ധ്വാനത്തിന്റെ ഭാരവും കൂടിവരുന്നു ഒന്നുകിൽ തൊഴിൽ സമയം നീട്ടിയിട്ട് അല്ലെങ്കിൽ നിശ്ചിത സമയത്തിനുള്ളിൽ ഈടാക്കുന്ന അദ്ധ്വാനം വർദ്ധിപ്പിച്ചിട്ട്, അതുമല്ലെങ്കിൽ യന്ത്രങ്ങളുടെ വേഗത കൂട്ടീട്ട്, മറ്റു തരത്തിലും.

മാർക്സിന്റെ കാലത്തെ ബ്രിട്ടനെപ്പോലെയോ മറ്റ് വികസിത മുത

ലാളിത്ത രാജ്യങ്ങളെപ്പോലെയോയാണ് ഇന്നത്തെ അമേരിക്കൻ ഐക്യ നാടുകൾ. മുതലാളിത്തത്തിന്റെ പൊതുസ്വഭാവം അതിന്റെ വ്യക്തമായ രൂപത്തിൽ അവിടെയാണു പ്രത്യക്ഷപ്പെടുക. കഴിഞ്ഞ മുപ്പതുവർഷം കൊണ്ട് ചീഫ് എക്സിക്യൂട്ടീവ് ഓഫീസറന്മാരുടെ വേതനം 725% വർദ്ധിച്ചു. എന്നാൽ തൊഴിലാളികളുടെ വേതനം കേവലം 5.7% മാത്ര മാണ് വർദ്ധിച്ചത്. ചീഫ് എക്സിക്യൂട്ടീവ് ഓഫീസറന്മാരുടെ വേതനം അവരുടെ ജീവനക്കാരുടേതിനെക്കാൾ ശരാശരി 244 മടങ്ങ് കൂടുതലാണ്. ഇപ്പോഴത്തെ ഫെഡറൽ മിനിമം വേജസ് മണിക്കൂറിന് 7.25 ഡോളറാണ്. സെന്റർ ഫോർ ഇക്കണോമിക് പോളിസി റിസർച്ചിന്റെ കണക്കുകൾപ്ര കാരം തൊഴിലാളിയുടെ ഉല്പാദനക്ഷമതയുമായി അവരുടെ മിനിമം വേതനം ക്രമപ്പെടുത്തിയാൽ 2012 ൽ അത് 21.27 ഡോളർ ആകുമായി രുന്നു. നാണയപ്പെരുപ്പംകൂടി കണക്കിലെടുത്താൽ ഒരു പുരുഷ അമേരി ക്കൻ തൊഴിലാളിയുടെ ശരാശരി വേതനം 1968 ൽ ലഭിച്ചിരുന്നതിനെ ക്കാൾ കുറവാണ്. ചുരുക്കത്തിൽ ഇപ്പോഴത്തെ അഭിവൃദ്ധി മുഖ്യമായും തൊഴിലാളിവർഗ്ഗത്തിന്റെ ചെലവിലാണ് ഉണ്ടാക്കിയിട്ടുള്ളത്.

ലക്ഷക്കണക്കിനു മനുഷ്യർ നിർബ്ബന്ധിത നിഷ്ക്രിയത്വത്തിന്റെ ദുരി തങ്ങളിലേക്കു ചുരുണ്ടുകൂടേണ്ടിവരുമ്പോൾ ചിലർ രണ്ടോ മൂന്നോ ജോലി കൾ നിർവ്വഹിക്കാൻ നിർബ്ബന്ധിതരാകുന്നു. അധിക ജോലിക്ക് അധിക വേതനം പോലും ലഭിക്കാതെ ആഴ്ചയിൽ 60 മണിക്കൂറിലേറെ പണി യെടുക്കാൻ അവർ നിർബ്ബന്ധിതരാകുന്നു. 85.8% പുരുഷന്മാരും 66.5% സ്ത്രീകളും ആഴ്ചയിൽ 40 മണിക്കൂറിലേറെ പണിയെടുക്കുന്നു. അന്താ രാഷ്ട്ര തൊഴിൽ സംഘടനയുടെ കണക്കുപ്രകാരം അമേരിക്കക്കാർ ജപ്പാൻ തൊഴിലാളികളെക്കാൾ വർഷത്തിൽ 137 മണിക്കൂർ പണിയെടു ക്കുന്നു. ബ്രിട്ടീഷു തൊഴിലാളികളെക്കാൾ വർഷത്തിൽ 260 മണിക്കൂറും ഫ്രാൻസിലെ തൊഴിലാളികളെക്കാൾ വർഷത്തിൽ 499 മണിക്കൂറും അധികം പണിയെടുക്കുന്നു.

അമേരിക്കയിലെ ബ്യൂറോ ഓഫ് ലേബർ സ്റ്റാറ്റിസ്റ്റിക്സ് പുറത്തു വിട്ട കണക്കുകൾപ്രകാരം അമേരിക്കൻ തൊഴിലാളിയുടെ ശരാശരി ഉല്പാദനക്ഷമത 1950 നുശേഷം 400% വർദ്ധിച്ചിട്ടുണ്ട്. ഇതിനർത്ഥം ആ ജീവിത നിലവാരം നില നിർത്താനായി ഒരു തൊഴിലാളി 1950 ൽ ശരാ ശരി പ്രവൃത്തിവാരത്തിന്റെ നാലിലൊന്ന് അല്ലെങ്കിൽ ആഴ്ചയിൽ 11 മണി ക്കൂർ പണിയെടുത്താൽ മതിയായിരുന്നു. അതോ അതല്ലെങ്കിൽ ജീവി തനിലവാരം തത്ത്വത്തിൽ നാലുമടങ്ങ് വർദ്ധിക്കുകയോ ചെയ്തിരിക്കണം. എന്നാൽ ഇതിനു വിപരീതമാണ് സംഭവിച്ചത്. ബഹുഭൂരിപക്ഷത്തിന്റെയും ജീവിതനിലവാരം കുത്തനെ ഇടിഞ്ഞു. ജോലിയുമായി ബന്ധപ്പെട്ട സമ്മർദ്ദവും മുറിവുകളും രോഗങ്ങളും വർദ്ധിച്ചു. മനോരോഗം, ആത്മ ഹത്യ, വിവാഹമോചന,കുട്ടികളെയും സ്ത്രീകളെയും പീഡിപ്പിക്കൽ, വെടിവച്ചു കൊല്ലൽ തുടങ്ങിയ സാമൂഹ്യ വിപത്തുകൾ ജീവിതനിലവാ രത്തകർച്ചയെ പ്രതിഫലിപ്പിക്കുന്നു. ഇതേ സാഹചര്യങ്ങൾ തന്നെയാണ്

ബ്രിട്ടനിലും നിലനില്ക്കുന്നത്. താച്ചറിന്റെ ഭരണത്തിൻകീഴിൽ 2.5 മില്യൺ തൊഴിലുകൾ വ്യാവസായിക മേഖലയിൽ നഷ്ടമായി. എന്നാൽ 1979 ൽ ഉണ്ടായിരുന്ന ഉല്പാദന നിലവാരം നിലനിർത്താൻ നേടിയത്, പിന്നയോ, ബ്രിട്ടീഷ് തൊഴിലാളികളുടെ മേൽനടത്തിയ അമിത ചൂഷണം വഴിയാണ്. 1995 ൽ പൊതുജനാരോഗ്യ ഡയറക്ടർ കെന്നത്ത് കാൾമാൻ "ജീവിതകാലം മുഴുവനുള്ള തൊഴിൽ നഷ്ടപ്പെട്ടതു വഴി സമ്മർദ്ദംമൂലമുണ്ടാകുന്ന രോഗങ്ങൾ പെരുകുമെന്ന്" മുന്നറിയിപ്പു നല്കിയിരുന്നു.

വർഗ്ഗസമരം

സാമൂഹ്യ വികാസം സംഭവിക്കുന്നത് വർഗ്ഗസമരത്തിലൂടെയാണെന്ന് എഴുതപ്പെട്ട ചരിത്രം വ്യക്തമാക്കുന്നതായി മാർക്സും എംഗൽസും *കമ്യൂണിസ്റ്റ് മാനിഫെസ്റ്റോയിൽ* വിശദീകരിച്ചു. വർഗ്ഗസമരമാണ് ചരിത്രത്തിലുടനീളം മാറ്റമില്ലാതെ തുടർന്ന വസ്തുത.

> മുതലാളിത്തഘട്ടത്തിൽ വർഗ്ഗസമരം കൂടുതൽ ലളിതമായിരിക്കുന്നു. സമൂഹമാകെത്തന്നെ രണ്ടും ഗംഭീരശത്രുപാളയങ്ങളായി, പരസ്പരം അഭിമുഖമായി നില്ക്കുന്ന രണ്ടുവലിയ വർഗ്ഗങ്ങളായി പിളർന്നുകൊണ്ടിരിക്കുകയാണ്; ബൂർഷ്വാസിയും തൊഴിലാളി വർഗ്ഗവുമാണവ." കഴിഞ്ഞ ഇരുന്നൂറ് വർഷത്തെ സാങ്കേതികവിദ്യയുടെയും വ്യവസായത്തിന്റെയും അത്ഭുതകരമായ വികാസം സാമ്പത്തികാധികാരം ഏതാനും കൈകളിലേക്ക് കേന്ദ്രീകരിക്കാനാണ് ഇടവരുത്തിയത്.

"നാളിതുവരെ നിലനിന്നിട്ടുള്ള എല്ലാ സമൂഹങ്ങളുടെയും എഴുതപ്പെട്ട ചരിത്രം വർഗ്ഗസമരത്തിന്റേതാണ്." *കമ്യൂണിസ്റ്റ് മാനിഫെസ്റ്റോയിലെ* ഏറെ കൊണ്ടാടപ്പെട്ട പ്രസ്താവനയാണത്. ഏറെക്കാലം ഇത് കാലഹരണപ്പെട്ട പ്രസ്താവനയായിട്ടാണ് പലരും കണ്ടത്. രണ്ടാം ലോകമഹായുദ്ധാനന്തരമുള്ള സുദീർഘമായ കാലയളവിൽ ഉണ്ടായ മുതലാളിത്ത വികാസവും അതെത്തുടർന്നുണ്ടായ വികസിത വ്യവസായ സമ്പദ് വ്യവസ്ഥകളിലെ തൊഴിലവസരങ്ങളും ജീവിത നിലവാരത്തിൽ ഉണ്ടായ ഉയർച്ചയും ക്ഷേമരാഷ്ട്രസങ്കല്പനങ്ങളും വർഗ്ഗസമരത്തെ കഴിഞ്ഞുപോയൊരു കാലത്തിന്റെ സംഭവമായി കാണാൻ പലരെയും പ്രേരിപ്പിച്ചു.

മുതലാളിത്ത വികാസം മൂലധന കേന്ദ്രീകരണം സൃഷ്ടിക്കുമെന്ന് മാർക്സ് മുൻകൂട്ടി കണ്ടിരുന്നു. അപ്പോൾ സമ്പത്തിന്റെ കേന്ദ്രീകരണം

പോലെത്തന്നെ ദാരിദ്ര്യത്തിന്റെ കേന്ദ്രീകരണവും അനിവാര്യമാണ്. താങ്ങാനാകാത്ത കഠിനാദ്ധ്വാനവും ദുരിതങ്ങളും സമ്പത്തിന്റെ കേന്ദ്രീകരണത്തോടൊപ്പം സംഭവിക്കും. ഈ ആശയത്തെ ബൂർഷ്വാ അർത്ഥശാസ്ത്രജ്ഞന്മാരും യൂണിവേഴ്സിറ്റി സാമൂഹ്യ ശാസ്ത്രജ്ഞന്മാരും പതിറ്റാണ്ടുകളോളം പരിഹസിച്ചുവന്നു. അവരുടെ കാഴ്ചപ്പാടിൽ സമൂഹം കൂടുതൽ തുല്യത പ്രാപിച്ചുവരികയാണ്. എല്ലാരും ഇടത്തരക്കാരാവുകയാണ്. ഈ വ്യാമോഹങ്ങളെല്ലാം ഇപ്പഴിതാ പൊലിഞ്ഞുപൊയിരിക്കുന്നു. ബൂർഷ്വാ സാമൂഹ്യശാസ്ത്രജ്ഞന്മാർ തൊഴിലാളിവർഗ്ഗം എന്നൊരു വർഗ്ഗംതന്നെ ഇല്ലാതായതായി പ്രഖ്യാപിച്ചു. കഴിഞ്ഞ കുറേവർഷങ്ങളായി സ്വയം മദ്ധ്യവർഗ്ഗമായി കരുതിയിരുന്ന വിഭാഗങ്ങൾ തൊഴിലാളികളായി പരിണമിച്ചു. അദ്ധ്യാപകർ, സർക്കാർ ജീവനക്കാർ, ബാങ്ക് ജീവനക്കാർ തൊഴിലാളി വർഗ്ഗത്തിന്റെ ഭാഗമായി തൊഴിലാളി പ്രസ്ഥാനങ്ങളിൽ സജീവമായി. അവരിപ്പോൾ ഏറ്റവും സമരോത്സുകവിഭാഗങ്ങളായി മാറിയിട്ടുണ്ട്.

എല്ലാവർക്കും മുന്നേറാമെന്നും നമ്മളെല്ലാവരും ഇടത്തരക്കാരാണെന്നുമുള്ള വാദം പൊളിഞ്ഞിരിക്കുന്നു. കഴിഞ്ഞ ഇരുപത് മുപ്പത് കൊല്ലങ്ങളായി അമേരിക്ക, ബ്രിട്ടൻ തുടങ്ങിയ വികസിത രാജ്യങ്ങളിൽ നേർവിപരീതമാണ് സംഭവിക്കുന്നത്. സമൂഹം പടിപടിയായി വികസിക്കുകയാണെന്നും അതിനൊപ്പം തങ്ങൾക്കും വികസിക്കാനാകുമെന്ന ഇടത്തരക്കാരുടെ പ്രതീക്ഷകൾ കെട്ടുപോയിരിക്കുന്നു.

ജോലിസുരക്ഷ ഇല്ലാതായി. കഴിഞ്ഞ കാലത്തെ വ്യാപാരവും തൊഴിലുകളും ഏറക്കുറെ അപ്രത്യക്ഷമായി. ജീവിതാന്ത്യംവരെയുള്ള തൊഴിൽ എന്ന സങ്കല്പം ഓർമ്മമാത്രമായി. കോണി എടുത്തു മാറ്റപ്പെട്ടിരിക്കുന്നു. ഇടത്തരക്കാരനായി തുടരാനാവില്ല എന്ന സ്ഥിതി വിശേഷം സംജാതമായിരിക്കുന്നു. ചെറിയൊരു ന്യൂനപക്ഷം പെൻഷൻ കൊണ്ടു ജീവിക്കുന്നു. ചിലരുടെ പക്കൽ സമ്പാദ്യമുണ്ട്. ഭാവിയിൽ എന്താണു സംഭവിക്കുന്നത് എന്നതിനെപ്പറ്റി ഒരു ഊഹവുമില്ലാതെയാണ് ബഹുഭൂരിപക്ഷവും ജീവിക്കുന്നത്.

ആളുകളുടെ പക്കലുള്ള ഏക സമ്പത്ത് അവരുടെ വീടുകളാണ്. എന്നാൽ സാമ്പത്തിക വളർച്ചയെത്തുടർന്ന് വീടുകളുടെ വില ഇടിഞ്ഞുതാണു. വസ്തു ഉടമസ്ഥാവസരത്തിലൂന്നിയ ജനാധിപത്യം മരീചികയായി. പെൻഷൻ പറ്റിയശേഷം സുരക്ഷിതമായി കഴിയാം എന്നു കരുതിയ വീട് ഇന്നൊരു വലിയ ബാദ്ധ്യതയായിക്കഴിഞ്ഞു. നിങ്ങൾ ജോലി ചെയ്താലും ഇല്ലെങ്കിലും വീടിനായുള്ള ബാങ്കുവായ്പ തിരിച്ചടയ്ക്കണം. മിക്കവരും കടുത്ത കടക്കെണിയിൽ പെട്ടിരിക്കുകയാണ്. കടത്തിന്റെ അടിമകളായി വളർന്നുവരുന്ന ഒരു തലമുറയാണ് നമുക്കു മുന്നിലുള്ളത്.

ഇത് മുതലാളിത്തം ശപിക്കപ്പെടുന്ന ഒരു കാലമാണ്. തൊഴിലാളിവർഗ്ഗവല്ക്കരണ പ്രക്രിയയുടെ അർത്ഥം സാമൂഹ്യ സുരക്ഷിതത്വം നഷ്ടപ്പെട്ട് വെള്ളക്കോളർ ജോലിക്കാർ പരമ്പരാഗത തൊഴിലാളി വർഗ്ഗത്തിലേക്ക് നിപതിക്കുന്നുവെന്നാണ്. യൂണിയനുകളിൽ ചേരുന്നതോ പണിമുടക്കുന്നതോ സ്വപ്നത്തിൽപോലും കാണാത്ത അദ്ധ്യാപകരും സർക്കാർ ജീവനക്കാരും ഇന്ന് വർഗ്ഗസമരത്തിന്റെ മുൻ നിരയിലാണ് നിലകൊള്ളുന്നത്.

ആശയവാദമോ ഭൗതികവാദമോ?

ആളുകൾ അവരവരെപ്പറ്റി ചിന്തിക്കുന്നതും പറയുന്നതുമാണ് ആശയവാദപരമായ നിലപാട്. എന്നാൽ ആശയങ്ങൾ ആകാശത്തു നിന്നും പൊട്ടിവീഴുന്നവയല്ലെന്നും വസ്തുനിഷ്ഠയാഥാർത്ഥ്യങ്ങളിൽ നിന്നും സാമൂഹ്യ സമ്മർദ്ദങ്ങളിൽനിന്നും മനുഷ്യരുടെ നിയന്ത്രണങ്ങൾക്കപ്പുറമുള്ള നിയന്ത്രണങ്ങളിൽനിന്നും ഏറക്കുറെ കൃത്യമായിത്തന്നെ ഉത്ഭൂതമാകുന്നതാണെന്നുമാണ് മാർക്സ് കണ്ടത്. സ്വതന്ത്രമായ ഇച്ഛകൊണ്ടോ ബോധപൂർവ്വമായ ആഗ്രഹംകൊണ്ടോ, മഹാന്മാരായ മനുഷ്യരെകൊണ്ടോ, രാജാക്കന്മാരെക്കൊണ്ടോ തത്ത്വജ്ഞാനികളെയോ രാഷ്ട്രീയക്കാരെയോകൊണ്ടോ അല്ല ചരിത്രം നിർമ്മിക്കപ്പെടുന്നത്. മറിച്ച് ഉല്പാദനശക്തികളുടെ വികസനത്തിനനുസരിച്ചാണ് സാമൂഹ്യ പുരോഗതി ഉണ്ടാവുന്നത്. അത് ബോധപൂർവ്വമായ പദ്ധതിയുടെ ഭാഗമായി ഉണ്ടാകുന്നതല്ല മറിച്ച് സ്ത്രീ പുരുഷന്മാരുടെ ചുമലിന്മേലാണത് സംഭവിക്കുക.

സോഷ്യലിസത്തിന് കൃത്യമായൊരു സൈദ്ധാന്തികാടിത്തറ ആദ്യമായി നല്കിയത് മാർക്സാണ്. മനുഷ്യ മനസ്സുകളിൽ ഒഴുകി നടക്കുന്ന യാഥാർത്ഥ്യങ്ങളുടെ വിളറി വെളുത്ത ഭൂതഗണങ്ങളുടെ അവ്യക്തപ്രതിച്ഛായയെ ആസ്പദമാക്കിയല്ല ചരിത്രത്തെ സംബന്ധിച്ച ശാസ്ത്രീയ ധാരണകൾ ഉണ്ടാവേണ്ടത്. അത് യഥാർത്ഥമായ സാമൂഹ്യ ബന്ധങ്ങളിൽ നിന്നാണ് ഉരുവം കൊള്ളേണ്ടത്. ചരിത്രത്തിന്റെ സവിശേഷമായൊരു ഘട്ടത്തിലെ സാമൂഹ്യ രാഷ്ട്രീയരൂപങ്ങൾ തമ്മിലെ ബന്ധത്തെയും ഉല്പാദനഉപാദികളെയും പറ്റിയുള്ള വ്യക്തമായ അറിവ് അതിനാവശ്യമാണ്. ഇതാണ് ചരിത്രപരമായ ഭൗതികവാദ രീതിയിലുള്ള വിശകലനം. ഇത് ചിലരെ ശുണ്ഠിപിടിപ്പിക്കുന്നു. ഇത് ചരിത്രനിർമ്മിതിയിൽ

മനുഷ്യന്റെ നടുനായകത്വം നിഷേധിക്കുന്നു എന്നാണവർ പറയുന്നത്. പ്രപഞ്ചത്തിന്റെ കേന്ദ്രം ഭൂമിയല്ല സൂര്യനാണെന്നു ചൂണ്ടിക്കാണിച്ച ഗലീലിയോയെ നേരിട്ട സഭയെയും അതിന്റെ തത്ത്വചിന്തകരെയുംപോലെയാണവർ. മനുഷ്യർ ദൈവ സൃഷ്ടിയല്ലെന്നും പ്രകൃതിയുടെ തെരഞ്ഞെടുപ്പാണെന്നും പറഞ്ഞ ഡാർവിനെ എതിർത്തതും ഇതേ മനുഷ്യരാണ്. യഥാർത്ഥത്തിൽ മാർക്സിസം ചരിത്രത്തിൽ ആത്മനിഷ്ഠ ഘടകങ്ങൾക്കുള്ള പ്രാധാന്യം നിഷേധിക്കുന്നില്ല. സാമൂഹ്യ വികാസത്തിൽ മനുഷ്യരാശിയുടെ ബോധപൂർവ്വമായ പങ്കിനെയും കുറച്ചു കാണുന്നില്ല. മനുഷ്യനാണ് ചരിത്രം നിർമ്മിക്കുന്നത്. എന്നാൽ ഇത് പൂർണ്ണമായി സ്വന്തം ഇഷ്ടപ്രകാരമോ സ്വതന്ത്രമനസ്സോടോ ബോധപൂർവ്വമായ ഉദ്ദേശ്യത്തോടെയോ അല്ല. മാർക്സിന്റെ വാക്കുകളിൽ പറഞ്ഞാൽ:

> ചരിത്രം ഒന്നും ചെയ്യുന്നില്ല. അതിന്റെ പക്കൽ വലിയ സമ്പത്ത് കുടികൊള്ളുന്നില്ല. അത് യുദ്ധം ചെയ്യുന്നില്ല, മനുഷ്യനാണ്, യഥാർത്ഥത്തിൽ നിലവിലുള്ളതും ജീവിക്കുന്നവനുമായ മനുഷ്യനാണ്, എല്ലാം ചെയ്യുന്നത്. അവനാണ് എല്ലാം കൈയടക്കി വച്ചിട്ടുള്ളതും യുദ്ധങ്ങൾ ചെയ്യുന്നതും. ചരിത്രം, മുമ്പ് ആയിരുന്നതുപോലെ, വേറിട്ടുനില്ക്കുന്ന ഒരു മനുഷ്യനല്ല. അതിന്റെ ലക്ഷ്യങ്ങൾ നേടാനുള്ള ഉപാധിയായി ചരിത്രം മനുഷ്യനെ ഉപയോഗിക്കുന്നുമില്ല. സ്വന്തം ലക്ഷ്യങ്ങൾ നേടാനായി മനുഷ്യൻ നടത്തുന്ന പ്രവർത്തനങ്ങളല്ലാതെ മറ്റൊന്നുമല്ല ചരിത്രം. (മാർക്സ്, എംഗൽസ്, *വിശുദ്ധ കുടുംബം* അദ്ധ്യായം IV)

ഒരു പ്രത്യേക സമൂഹത്തിലെ അംഗമെന്ന നിലയിലും ചില വസ്തുനിഷ്ഠ നിയമങ്ങളുടെ ആത്മനിഷ്ഠഘടകം എന്ന നിലയിലും അന്തിമമായി ഒരു പ്രത്യേക വർഗ്ഗത്തിന്റെ താല്പര്യങ്ങളുടെ പ്രതിനിധി എന്ന നിലയിലുമാണ് മാർക്സ് ഒരു വ്യക്തിയെ വിശകലനം ചെയ്യുന്നത്. ആശയങ്ങൾക്ക് സ്വതന്ത്രമായി നിലനില്ക്കാനാകില്ല. അതിനു മാത്രമായി ചരിത്രപരമായൊരു വികാസവുമില്ല.

"ബോധമല്ല ജീവിതത്തെ നിർണ്ണയിക്കുന്നത് മറിച്ച് ജീവിതമാണ്. ബോധത്തെ നിർണ്ണയിക്കുന്നത്."

(മാർക്സ്, *ജർമ്മൻ പ്രത്യയശാസ്ത്രം*)

മനുഷ്യരുടെ ആശയങ്ങളും പ്രവർത്തികളും സാമൂഹ്യ ബന്ധത്താൽ പരുവപ്പെടുത്തപ്പെടുന്നതാണ്. അത് മനുഷ്യരുടെ ആത്മനിഷ്ഠമായ ആഗ്രഹം എന്ന നിലയിലല്ല, പ്രത്യുത നിശ്ചിതമായ ചില നിയമങ്ങളുടെ അടിസ്ഥാനത്തിലാണ്. അന്തിമവിശകലനത്തിൽ അത് ഉല്പാദന ശക്തികളുടെ വികസനാവശ്യങ്ങളെ പ്രതിഫലിപ്പിക്കുന്നു. ഈ ഘടകങ്ങളുടെ പരസ്പര ബന്ധം സൃഷ്ടിക്കുന്ന സങ്കീർണ്ണമായൊരു അദൃശ്യ വലയുണ്ട്. ഈ ബന്ധങ്ങളെപ്പറ്റിയുള്ള പഠനമാണ് മാർക്സിയൻ ചരിത്ര

സിദ്ധാന്തം.

നമുക്ക് ഒരുദാഹരണം നോക്കാം. ഇംഗ്ലീഷ് വിപ്ലവത്തിന്റെ കാലത്ത് ഒലിവർ ക്രോംവെൽ (Oliver Cromwell) ദൃഢമായി വിശ്വസിച്ചിരുന്നത്, താൻ പോരാടുന്നത് സ്വന്തം മന:സാക്ഷിക്കനുസരിച്ച് ദൈവത്തെ പ്രാർത്ഥിക്കാനുള്ള വ്യക്തിയുടെ അവകാശങ്ങൾക്കുവേണ്ടിയാണെന്ന്. എന്നാൽ ചരിത്രത്തിന്റെ മുന്നോട്ടുള്ള പ്രയാണം തെളിയിച്ചത് ക്രോവെല്ലിന്റെ വിപ്ലവം ഇംഗ്ലീഷ് ബൂർഷ്വാസിയെ അധികാരത്തിലേക്കു നയിച്ച ഒഴിവാക്കാനാകാത്ത സുപ്രധാനമായ ഒരു ഘട്ടം ആയിരുന്നുവെന്നാണ്. ഇംഗ്ലണ്ടിൽ വികാസം പ്രാപിച്ചുകൊണ്ടിരുന്ന ഉല്പാദന ശക്തികൾക്ക് ആ ഘട്ടത്തിൽ മറ്റൊരു ഫലത്തിലേക്കെത്തിക്കാൻ കഴിയുമായിരുന്നില്ല. സ്വാതന്ത്ര്യം, തുല്യത, സാഹോദര്യം എന്നീ മുദ്രാവാക്യങ്ങളുയർത്തിയാണ് 1789–93 ഘട്ടങ്ങളിൽ മഹത്തായ ഫ്രഞ്ചുവിപ്ലവം നടന്നത്. അവർ കരുതിയത് തങ്ങൾ പോരാടുന്നത് നീതിപൂർവ്വകമായ നിയമത്തിനും യുക്തിക്കും വിധേയമായ ഭരണത്തിനും വേണ്ടിയാണെന്നാണ്. അവരുടെ ആഗ്രഹങ്ങളും ആശയങ്ങളും എന്തുതന്നെ ആയാലും ജാക്കോബിയന്മാർ ഫ്രാൻസിൽ ബൂർഷ്വാ വാഴ്ചയ്ക്കായി വഴിയൊരുക്കുകയായിരുന്നു. ശാസ്ത്രീയ കാഴ്ചപ്പാടിൽനിന്ന് നോക്കിയാൽ ആ ഒരു സാമൂഹ്യ വികസന ഘട്ടത്തിൽ മറിച്ചൊരു ഫലം സിദ്ധിക്കാൻ കഴിയുമായിരുന്നില്ല.

തൊഴിലാളി പ്രസ്ഥാനങ്ങളുടെ നിലപാടിൽനിന്നു നോക്കിയാൽ മാർക്സിന്റെ സുപ്രധാന സംഭാവന എന്താണ്? അദ്ദേഹമായിരുന്നു സോഷ്യലിസം വെറുമൊരു നല്ല ആശയം മാത്രമല്ലെന്നും സമൂഹത്തിന്റെ വികസനത്തിന്റെ അനിവാര്യമായ ഫലമാണെന്നും ആദ്യമായി വിശദീകരിച്ചത്. മാർക്സിനുമുമ്പുള്ള സോഷ്യലിസ്റ്റുകൾ പ്രത്യേകിച്ച് ഉട്ടോപ്യൻ സോഷ്യലിസ്റ്റുകൾ വർഗ്ഗ സമൂഹത്തിന്റെ അനീതിക്കെതിരെ മനുഷ്യന്റെ യുക്തിവിചാരത്തിന്റെ വിജയത്തിന് സാർവ്വദേശീയമായ ഒരു നിയമവും സൂത്രവാക്യവും ഉണ്ടാക്കാൻ ശ്രമിച്ചിരുന്നു. അവർക്കാവശ്യമുണ്ടായിരുന്നത് ആ ആശയം കണ്ടെത്തുകയും അതുവഴി പ്രശ്നങ്ങൾ പരിഹരിക്കുകയുമായിരുന്നു. ഇത് ആശയവാദപരമായ നിലപാടാണ്.

ഉട്ടോപ്യൻ സോഷ്യലിസ്റ്റുകളെപ്പോലെ സമൂഹത്തിന്റെ പൊതു നിയമങ്ങൾ കണ്ടെത്താൻ മാർക്സ്റ്റ് ശ്രമിച്ചില്ല. പ്രത്യേക സമൂഹത്തിന്റെ (മുതലാളിത്ത സമൂഹത്തിൽ) ചലനനിയമങ്ങൾ വിശകലനം ചെയ്യാനും എങ്ങനെയാണത് രൂപം കൊണ്ടതെന്നും ഒരു പ്രത്യേക ഘട്ടത്തിൽ അതെങ്ങനെ അപ്രത്യക്ഷമാക്കുമെന്നു വിശദീകരിക്കാനുമാണ് മാർക്സ് ശ്രമിച്ചത്. *മൂലധന*ത്തിന്റെ മൂന്നാം വാല്യത്തിൽ ഈ ബൃഹത്തായ പദ്ധതി അദ്ദേഹം സാക്ഷാൽക്കരിച്ചു.

മാർക്സും ഡാർവിനും

നൈസർഗ്ഗികതയുള്ള ഒരു ഭൗതികവാദിയായിരുന്നു ചാൾസ് ഡാർവിൻ. പ്രകൃതി പ്രതിഭാസങ്ങളുടെ ഫലമായാണ് ജീവലോകത്തിന്റെ ആവിർഭാവമുണ്ടാകുന്നതെന്ന് അദ്ദേഹം വിശദീകരിച്ചു. കൃത്രിമപരിസരമായ സമൂഹത്തിൽനിന്നും മാനവരാശി എങ്ങനെ വികസിച്ചു എന്നാണ് മാർക്സ് വിശദീകരിച്ചത്. ഇവർ തമ്മിലുള്ള വ്യത്യാസം (i) താരതമ്യേന ലളിതമായ പ്രകൃതി പ്രതിഭാസങ്ങളിൽനിന്നും തുലോം വിഭിന്നമാണ് സങ്കീർണ്ണമായ മനുഷ്യസമൂഹം. (ii) പ്രകൃതിപ്രതിഭാസങ്ങളുടെ ഭാഗമായുണ്ടാകുന്ന ജീവജാലങ്ങളുടെ ആവിർഭാവവുമായി താരതമ്യം ചെയ്താൽ സാമൂഹ്യ മാറ്റങ്ങൾ വേഗത്തിലാണ് സംഭവിക്കുന്നത്.

ഉല്പാദനത്തിനാവശ്യമായ സാമൂഹ്യ ബന്ധങ്ങളുടെയടിസ്ഥാനത്തിൽ, മറ്റൊരു രീതിയിൽ പറഞ്ഞാൽ സാമൂഹ്യ വർഗ്ഗങ്ങളുടെ പരസ്പരബന്ധത്തിന്റെയടിസ്ഥാനത്തിൽ, സങ്കീർണ്ണമായ നിയമ-രാഷ്ട്രീയ പ്രശ്നങ്ങൾ അവയുടെ പ്രത്യയശാസ്ത്രപരവും സാംസ്കാരികവും മതപരവുമായ രൂപത്തിൽ പ്രത്യക്ഷപ്പെടും. ആശയങ്ങളുടേതായ ഈ സങ്കീർണ്ണ സൗധത്തെ ചിലപ്പോഴെല്ലാം സാമൂഹ്യ ഉപരിഘടന അഥവാ മേല്പ്പുര എന്നു പരാമർശിക്കാറുണ്ട്.

ഇവ സാമ്പത്തിക അടിത്തറയിന്മേലാണ് എപ്പോഴും വർത്തിക്കുന്നതെങ്കിലും പലപ്പോഴും ഈ ഉപരിഘടന സാമ്പത്തിക അടിത്തറയിൽനിന്നും ഉയർന്നു പോകാറുണ്ട്. ചിലപ്പോൾ വളരെ നിർണ്ണായകമായി അത് സാമ്പത്തിക അടിത്തറയുമായി സംവാദാത്മകമായി നിലകൊള്ളും. അടിത്തറ മേല്പുര ബന്ധം വൈരുദ്ധ്യാത്മകവും സങ്കീർണ്ണവുമായതിനാൽ എപ്പോഴും വ്യക്തമായിക്കൊള്ളണമെന്നില്ല. എന്നാൽ അന്തിമ വിശകലനത്തിൽ സാമ്പത്തികാടിത്തറയാണ് നിർണ്ണായകശക്തിയായി മാറുന്നത്.

ഭൂബന്ധങ്ങൾ വർഗ്ഗ ബന്ധങ്ങളുടെ വെറും നിയമപരമായ ആവിഷ്കാരം മാത്രമാണ്. ഈ ബന്ധങ്ങൾ ആദ്യം ഉല്പാദകശക്തികളുടെ വികാസത്തെ സഹായിക്കും. എന്നാൽ നിലനില്ക്കുന്ന ഭൂബന്ധങ്ങളുടെ പരിമിതി ഉല്പാദകശക്തികളുടെ വികാസത്തെ തടസ്സപ്പെടുത്തും. ഉല്പാദനത്തിനുള്ള തടസ്സമായി ഭൂബന്ധങ്ങൾ മാറും. ഈ ഘട്ടത്തിലാണ് നാം വിപ്ലവത്തിലേക്കുകടക്കുന്നത്.

ആശയവാദികൾ എല്ലാ മനുഷ്യപ്രവൃത്തികളുടെയും ആധാരമായും ചരിത്രത്തിന്റെ ചാലകശക്തിയായും കാണുന്നത് മനുഷ്യബോധത്തെയാണ്. മനുഷ്യന്റെ ബോധം പൊതുവിൽ പിന്തിരിപ്പനോ വിപ്ലവകാരിയോ അല്ല. അത് സാഹചര്യങ്ങളോട് പ്രതികരിക്കാൻ താമസമെടുക്കും. അത് കടുത്ത രീതിയിൽ യാഥാസ്ഥിതികവുമാണ്. മിക്ക മനുഷ്യരും മാറ്റം ആഗ്രഹിക്കുന്നില്ല. പ്രത്യേകിച്ചും വിപ്ലകരമായ മാറ്റം. പൊതുബോധത്തിൽ മാറ്റത്തെപ്പറ്റിയുള്ള ഭയം ആഴത്തിൽ വേരോടിയിരിക്കുന്നു. മനുഷ്യ ജീവിതത്തിന്റെ പ്രാരംഭഘട്ടങ്ങളിൽ രൂപപ്പെട്ട ഒരു പ്രതിരോധ പ്രതിഭാസത്തിന്റെ ഭാഗമാണിത്.

സമൂഹം സ്വമേധയാ ഒരടിപോലും മുന്നോട്ടുവയ്ക്കാൻ തയ്യാറാവുകയില്ല, അങ്ങേയറ്റത്തെ ആവശ്യകതയുടെ സമ്മർദ്ദംകൊണ്ട് മാറാൻ നിർബ്ബന്ധിക്കപ്പെടുമ്പോൾ മാത്രമേ അത് മാറ്റത്തിനു തയ്യാറാവൂ എന്ന് പൊതുതത്ത്വമെന്ന നിലയിൽ നമുക്ക് പറയാം. കഴിയുന്നിടത്തോളം കാലം പഴയ ആശയങ്ങളുടെ വഴിത്താരയിലൂടെയുള്ള അലസഗമനമാണ് മനുഷ്യർ ഇഷ്ടപ്പെടുന്നത്. വളരെ സാവധാനത്തിൽ മാത്രം മാറ്റങ്ങൾക്ക് വിധേയമാകുന്ന സാമൂഹ്യ യാഥാർത്ഥ്യങ്ങളോട് പൊരുത്തപ്പെട്ടുപോകാനാണവർക്കിഷ്ടം. ബലതന്ത്രത്തിലെ ജഡത്വംപോലെ പാരമ്പര്യവും സ്വഭാവങ്ങളും പതിവുരീതികളും മനുഷ്യബോധത്തിൽ കടുത്ത ഭാരമായി വർത്തിക്കുന്നു. ഇതിന്റെയർത്ഥം ആശയങ്ങൾ സംഭവങ്ങളുടെ പിന്നാലെയാവും സഞ്ചരിക്കുകയെന്നാണ്. ഈ ജഡത്വത്തെ മറികടക്കാൻ മഹാസംഭവങ്ങളുടെ കൂറ്റൻ ചുറ്റിക പ്രയോഗം ആവശ്യമാണ്. അപ്പോൾ മാത്രമേ നിലനില്ക്കുന്ന സാമൂഹ്യക്രമത്തെയും അതിന്റെ മൂല്യങ്ങളെയും ആശയങ്ങളെയും ചോദ്യം ചെയ്യാൻ അവർ തയ്യാറാവൂ.

നിലനില്ക്കുന്ന സാമൂഹ്യഘടനയും സാമ്പത്തിക പുരോഗതിയും തമ്മിലുള്ള വൈരുദ്ധ്യം കൊണ്ടുണ്ടാകുന്ന സമ്മർദ്ദം സമൂഹത്തിനു താങ്ങാനാകാതെ വരും. ഈ മുഖ്യവൈരുദ്ധ്യം പരിഹരിക്കാനാവുന്നത് നിലനില്ക്കുന്ന സാമൂഹ്യ ക്രമത്തെ വിപ്ലവകരമായി തട്ടിത്തകർക്കുമ്പോഴാണ്. സാമ്പത്തിക അടിത്തറയും അതിന്റെ മേല്പുരയും തമ്മിൽ സൗഹാർദ്ദപൂർവ്വം പ്രവർത്തിക്കാൻ കഴിയുന്ന പുതിയ സാമൂഹ്യ ക്രമത്തെക്കൊണ്ടുവന്നു മാത്രമേ ഇതു പരിഹരിക്കാനാകൂ.

വിപ്ലവത്തിൽ സമൂഹത്തിന്റെ സാമ്പത്തിക അടിത്തറ വലിയ മാറ്റങ്ങൾക്ക് വിധേയമാവും. അപ്പോൾ നിയമങ്ങളും രാഷ്ട്രീയ ഉപരിഘടനയും ചേർന്ന മേല്പുരയും വലിയ മാറ്റങ്ങൾക്ക് സന്നദ്ധമാകും. ഇത്തരത്തി

ലുള്ള ഓരോ സന്ദർഭങ്ങളിലും പഴയ സാമൂഹ്യ ക്രമത്തിന്റെ ഗർഭപാത്രത്തിൽ ഉയർന്ന രീതിയിലുള്ള ഉല്പാദന ബന്ധങ്ങൾ വളർന്നുവരുന്നുണ്ടാവും. അതാവും പുതിയ സാമൂഹ്യ ക്രമം സൃഷ്ടിക്കാനുള്ള ആവശ്യത്തെ സൃഷ്ടിക്കുന്നത്.

ചരിത്രപരമായ ഭൗതികവാദം

ഗോത്ര സമൂഹങ്ങളിൽനിന്നും ആധുനിക യുഗത്തിലെ സമൂഹത്തിലേക്കുള്ള മനുഷ്യ വികാസത്തിനു പിന്നിൽ ഒളിഞ്ഞിരിക്കുന്ന മുഖ്യധാരയെ വിശകലനം ചെയ്യുകയാണ് മാർക്സിസം. ഈ വഴിക്കുള്ള മാർക്സിസ്റ്റ് അന്വേഷണങ്ങളെയാണ് ചരിത്രത്തിന്റെ ഭൗതികവാദപരമായ കാഴ്ചപ്പാട് എന്നുപറയുന്നത്. ചരിത്രത്തെ സംബന്ധിച്ച പരസ്പരബന്ധമില്ലാത്തതും മുൻകൂട്ടി അറിയാനാകാത്തതുമായ സംഭവപരമ്പരകളുടെ സാകല്യമായല്ല, വ്യക്തമായി മനസ്സിലാക്കാവുന്നതും പരസ്പരബന്ധിതമായ സംഭവങ്ങളുടെ തുടർച്ചയെന്ന നിലയിൽ മനസ്സിലാക്കാൻ ഈ ശാസ്ത്രീയരീതി നമ്മെ സഹായിക്കും. രാഷ്ട്രീയം, അർത്ഥശാസ്ത്രം, സാമൂഹ്യ വികാസത്തിന്റെ വൈവിദ്ധ്യമാർന്ന നിരവധി ഘടകങ്ങൾ എന്നിവയുടെ പ്രവർത്തനങ്ങളും പ്രതിപ്രവർത്തനങ്ങളും ചേർന്നതാണത്. ഈ പ്രതിഭാസങ്ങളുടെ വൈരുദ്ധ്യാത്മകബന്ധം പരിശോധിക്കുകയാണ് ചരിത്രപരമായ ഭൗതികവാദം ചെയ്യുന്നത്.

മഹാനായ ബ്രിട്ടീഷ് ചരിത്രകാരൻ എഡ്വേർഡ് ഗിബ്ബൺ (Edward Gibbon)ന്റെ *The Decline and fall of Roman Empire* എന്ന ഗ്രന്ഥത്തിൽ ഇങ്ങനെ എഴുതി:

> ചരിത്രം മനുഷ്യരാശിയുടെ കുറ്റകൃത്യങ്ങളുടെയും പാളിച്ചകളുടെയും ദൗർഭാഗ്യങ്ങളുടെയും രേഖപ്പെടുത്തൽ എന്നതിനപ്പുറമുള്ളതാണ്.

സാരാംശത്തിൽ ചരിത്രത്തിന്റെ ഉത്തരാധുനിക വ്യാഖ്യാനം അതിൽനിന്നും ഒരു പടിപോലും മുന്നോട്ടുപോയിട്ടില്ല. ചരിത്രത്തെ പരസ്പരബന്ധമില്ലാത്ത ഒരുകൂട്ടം സംഭവങ്ങളുടെ ആഖ്യാനമായാണവർ

കണ്ടത്. ചരിത്രത്തിന് ജൈവപരമായ പരസ്പരബന്ധമോ ആന്തരിക അർത്ഥമോ യുക്തിയോ ഉള്ളതായി അവർ കണ്ടില്ല. അവരുടെ അഭിപ്രായത്തിൽ ഒരു സാമൂഹ്യ സാമ്പത്തിക വ്യവസ്ഥയും വേറൊന്നിൽനിന്നും മെച്ചമോ മോശമോ അല്ല. അതിനാൽ പുരോഗമനമെന്നോ പിന്തിരിപ്പനെന്നോ ഉള്ള ചോദ്യം ഉദിക്കുന്നില്ല. അർത്ഥരഹിതവും വിശദീകരിക്കാനാവാത്തതുമായ യാദൃച്ഛിക സംഭവങ്ങളായാണ് ഇവിടെ ചരിത്രം പ്രത്യക്ഷപ്പെടുന്നത്. അതിനെ നിയന്ത്രിക്കുന്ന പൊതു നിയമങ്ങൾ ഒന്നും തന്നെയില്ല. അതുകൊണ്ടുതന്നെ അതിനെ മനസ്സിലാക്കിയിട്ട് പ്രത്യേകിച്ച് കാര്യമൊന്നുമില്ല. ഈ കാഴ്ചപ്പാടിന്റെ മറ്റൊരു രൂപമാണ് ഇപ്പോൾ ചില അക്കാദമിക് സമൂഹങ്ങളിൽ പ്രചരിക്കുന്ന, സാമൂഹ്യ വികാസത്തിന്റെയും സംസ്കാരത്തിന്റെയും താഴ്ന്നതും ഉയർന്നതുമായ ഘട്ടങ്ങൾ നിലനില്ക്കുന്നില്ലെന്നുമുള്ള വാദം. അവരുടെ അഭിപ്രായത്തിൽ പുരോഗതി എന്നൊരു കാര്യം ഇല്ല. വിക്ടോറിയൻ ഉൽപതിഷ്ണുക്കളും ഫേബിയൻ സോഷ്യലിസ്റ്റുകളും കാൾമാർക്സും പ്രചരിപ്പിച്ചതും 19–ാം നൂറ്റാണ്ട് ശേഷിപ്പിച്ച് പോയതുമായ പഴഞ്ചൻ കാഴ്ചപ്പാടുകളാണത്.

മുതലാളിത്തത്തിന്റെ പ്രഭാവം നഷ്ടപ്പെട്ടു തുടങ്ങിയപ്പോൾ ബൂർഷ്വാസിക്കുണ്ടായ മനോനിലയുടെ പ്രതിഫലനമാണ് ചരിത്രത്തിൽ പുരോഗതിയുടെ നിരാസം. മുതലാളിത്തത്തിനുകീഴിൽ പുരോഗതി അതിന്റെ പരമോന്നതഘട്ടത്തിൽ എത്തിക്കഴിഞ്ഞുവെന്നും തിരിച്ചുപോക്ക് തുടങ്ങിക്കഴിഞ്ഞുവെന്നും അവർ മനസ്സിലാക്കിത്തുടങ്ങി. അതിന്റെ പ്രതിഫലനവുമാണത്. ഈ യാഥാർത്ഥ്യം ഉൾക്കൊള്ളാൻ ബൂർഷ്വാസിയും അവരുടെ പണ്ഡിതരും തയ്യാറല്ല. മാത്രമല്ല ജൈവപരമായിത്തന്നെ അതുൾക്കൊള്ളാൻ അവർ പ്രാപ്തരുമല്ല. ലെനിൻ ഒരിക്കൽ നിരീക്ഷിച്ചതുപോലെ പാറക്കൂട്ടത്തിന്റെ മുകളിൽ നില്ക്കുന്ന ഒരാളെ യുക്തിയാവില്ല ഭരിക്കുന്നത്. എന്നിരുന്നാലും യഥാർത്ഥ സ്ഥിതിയെപ്പറ്റി ചില മങ്ങിയ തിരിച്ചറിവുകൾ അവർക്കുണ്ട്. എന്നിട്ടും പുരോഗതിയെ അവർ നിഷേധിക്കുന്നത് അവർ പ്രതിനിധാനം ചെയ്യുന്ന വ്യവസ്ഥിതിയെ ന്യായീകരിക്കാൻ വേണ്ടി മാത്രമാണ്.

ഈ ചിന്ത അപകടകരമാംവിധത്തിൽ മനുഷ്യബോധത്തിലേക്കു സംക്രമിക്കുകയും മനുഷ്യേതരമായ പുരോഗതിയുടെ മണ്ഡലത്തിലേക്കുവരെ ബന്ധപ്പെടുകയും ചെയ്തിട്ടുണ്ട്. സ്റ്റീഫൻ ജെയ് ഗൗൾഡ് (Stephen Jay Gould)ലുള്ള പ്രഗത്ഭരായ ചിന്തകരും ഈ വഴിക്കു ചിന്തിക്കുന്നതായി കാണാം. അദ്ദേഹം മുന്നോട്ടുവച്ച വിരാമ ചിഹ്നങ്ങളിട്ട സമതുലിതാവസ്ഥ (Punctuated equilibrium) എന്ന വൈരുദ്ധ്യാത്മകത സിദ്ധാന്തം പുരോഗതി എന്ന സങ്കല്പത്തെത്തന്നെ മാറ്റിമറിച്ചു. താഴെനിന്നും മുകളിലേക്കുള്ള പുരോഗതി എന്നുള്ള വാദം തന്നെ തെറ്റാണെന്നും സൂക്ഷ്മജീവികളെ മനുഷ്യനു തുല്യമായി പരിഗണിക്കണമെന്നുമാണ്. എല്ലാ ജീവജാലങ്ങളും പരസ്പരം ബന്ധപ്പെട്ടിരിക്കുന്നു എന്ന അർത്ഥത്തിൽ ഇതു ശരിയാണ്. മനുഷ്യജീനുകളിൽ നടത്തിയ പരീക്ഷണങ്ങൾ ഇതു ശരിവയ്ക്കുന്നുമുണ്ട്. മനുഷ്യരാശി പടച്ച തമ്പുരാന്റെ

സവിശേഷമായ ഒരു സൃഷ്ടിയല്ല മറിച്ച് പരിണാമത്തിന്റെ ഉല്പന്നമാണ്. പരിണാമത്തെത്തന്നെ മഹത്തായൊരു പദ്ധതിയായും അതിന്റെ ഭാഗമാണ് മനുഷ്യവർഗ്ഗത്തിന്റെ ഉല്പത്തിയെന്നുമുള്ള വാദവും അംഗീകരിക്കാനാവില്ല. എന്നിരുന്നാലും തെറ്റായൊരു വാദത്തെ നിരാകരിക്കാൻവേണ്ടി പുതിയ തെറ്റുകളിലേക്ക് പോകേണ്ടതില്ലല്ലോ. മുൻകൂട്ടി നിശ്ചയിക്കപ്പെട്ട പദ്ധതിയുടെ ഭാഗമെന്നോ ദിവ്യമായ ഇടപെടലെന്നോ ഉള്ള വാദത്തെ അംഗീകരിക്കുന്നുണ്ടോ ഇല്ലയോ എന്ന ചോദ്യമല്ല പ്രസക്തം. സൂക്ഷ്മതലം മുതൽ സങ്കീർണ്ണമായ രൂപങ്ങൾ വരെയുള്ള പരിണാമത്തിന്റെ അടിത്തറ സഹജമായ പ്രകൃതി നിയമങ്ങളാണെന്നത് നിസ്തർക്കമാണ്. ജീവന്റെ ആദ്യരൂപങ്ങൾ തന്നെ ഭാവിവികസനങ്ങളെ ഗർഭം ധരിച്ചിരുന്നു. മുൻകൂട്ടി നിശ്ചയിക്കപ്പെട്ട മഹത്തായൊരു പദ്ധതിയുടെ ഭാഗമായല്ലാതെതന്നെ കണ്ണിന്റെയും കാലിന്റെയും മറ്റ് അവയവങ്ങളുടെയും വികസനത്തെ വിശദീകരിക്കാവുന്നതാണ്. വികാസത്തിന്റെ ഒരു ഘട്ടത്തിലാണ് നാഡീവ്യൂഹവും തലച്ചോറും ഉണ്ടാകുന്നത്. അന്തിമായി മനുഷ്യകുലത്തിൽ നാം മനുഷ്യബോധത്തെ കാണുന്നു. ഭൗതികവസ്തു അതിനെക്കുറിച്ചുള്ള ബോധമായിത്തീരുന്നു. അജൈവവസ്തുവിൽനിന്നും ജൈവവസ്തു (ജീവൻ)വിലേക്കുള്ള പരിണാമത്തിനുശേഷം പറയത്തക്ക വിപ്ലവകരമായ മാറ്റമൊന്നും ഉണ്ടായിട്ടില്ല.

നമ്മുടെ വിമർശകരെ തൃപ്തിപ്പെടുത്താനായി നമ്മുടെ കാഴ്ചപ്പാടിൽനിന്നും ചിലതിവിടെ കൂട്ടിച്ചേർക്കാം. സൂക്ഷ്മജീവികൾക്ക് പ്രധാനപ്പെട്ട വാദമുഖങ്ങൾ എന്തെങ്കിലുമുണ്ടെങ്കിൽ അവർ തീർച്ചയായും എതിർപ്പുകൾ ഉന്നയിക്കുമെന്നു തീർച്ച. നമ്മൾ മനുഷ്യരാണ് അതുകൊണ്ട് കാര്യങ്ങൾ മനുഷ്യരുടെ കണ്ണിലൂടെയാണു കാണുന്നത്. ലളിതമായ ജൈവരൂപങ്ങളിൽനിന്നും സങ്കീർണ്ണമായതിലേക്കാണ് പരിണമിച്ചിട്ടുള്ളതെന്ന് നാം മനസ്സിലാക്കുന്നു. അതായത് താഴ്ന്ന രൂപങ്ങളിൽ നിന്ന് ഉയർന്നതും സങ്കീർണ്ണവുമായ രൂപങ്ങളിലേത്. അത്തരത്തിലുള്ള കാഴ്ചപ്പാടിനെ എതിർക്കുന്നത് നിരർത്ഥകവും അശാസ്ത്രീയവും മാത്രമല്ല വെറും ബൗദ്ധികവ്യായാമം കൂടിയാണ്. ഇതിനർത്ഥം നാം പാവം സൂക്ഷ്മജീവികളെ എതിർക്കുന്നു എന്നല്ല. എന്തുതന്നെയായാലും അവ നമുക്കും മുമ്പേ ഈ പ്രപഞ്ചത്തിലുണ്ടല്ലോ. ഈ മുതലാളിത്ത വ്യവസ്ഥയെ മറിച്ചിട്ടില്ലെങ്കിൽ പാവം സൂക്ഷ്മജീവികൾക്കും നിലനില്ക്കാനാകാതെ വരും.

ചരിത്രത്തിന്റെ ചാലകശക്തി

അ*ർത്ഥശാസ്ത്ര നിരൂപണത്തിന് ഒരു സംഭാവന* എന്ന പ്രബന്ധത്തിന്റെ ആമുഖത്തിൽ കാൾ മാർക്സ് ഇങ്ങനെ കുറിക്കുന്നു.

> തങ്ങളുടെ നിലനില്പിനുവേണ്ടിയുള്ള സാമൂഹ്യോല്പാദനത്തിനിടയിൽ ആളുകൾ അനുപേക്ഷണീയമായും സുവ്യക്തമായ ബന്ധങ്ങളിൽ ഏർപ്പെടുന്നു. ഈ ബന്ധങ്ങൾ അവരുടെ ഇച്ഛയിൽ നിന്നും സ്വതന്ത്രമായിട്ടുള്ളതാണ്. അതായത്, അവരുടെ ഭൗതികമായ ഉല്പാദന ശക്തികളുടെ വികാസത്തിലെ ഒരു നിർദ്ദിഷ്ട ഘട്ടത്തിന് ചേർന്ന ഉല്പാദന ബന്ധങ്ങളാണവ. ഈ ഉല്പാദന ബന്ധങ്ങളുടെ സാകല്യമാണ് സമുദായത്തിന്റെ സാമൂഹ്യ ഘടനയുടെ അടിസ്ഥാനം. നിയമപരവും രാഷ്ട്രീയവുമായ ഒരു മേല്ക്കൂരയ്ക്കുള്ള യഥാർത്ഥ അടിത്തറ ഇതാണ്. സാമൂഹ്യബോധത്തിന്റെ നിശ്ചിത രൂപങ്ങൾ ഇതുമായി പൊരുത്തപ്പെടുന്നതുമായിരിക്കും. ഭൗതിക ജീവിതത്തിന്റെ ഉല്പാദന സമ്പ്രദായം സാമൂഹ്യവും രാഷ്ട്രീയവും ബുദ്ധിപരവുമായ ജീവിതത്തിന്റെ സാമാന്യ പ്രക്രിയയ്ക്ക് കളമൊരുക്കുന്നു. മനുഷ്യരുടെ ബോധമല്ല അവരുടെ അസ്തിത്വം നിർണ്ണയിക്കുന്നത്. മറിച്ച് അവരുടെ സാമൂഹ്യമായ അസ്തിത്വം അവരുടെ ബോധത്തെ നിർണ്ണയിക്കുകയാണ് ചെയ്യുന്നത്.

ചരിത്രത്തിലെ പങ്കാളികൾ അവരെ നയിക്കുന്ന ലക്ഷ്യങ്ങളെപ്പറ്റി ബോധവാന്മാരായിരിക്കണമെന്നില്ല. പകരം അത്തരം ലക്ഷ്യങ്ങൾ യഥാർത്ഥത്തിൽ നിലനില്ക്കുന്നുണ്ടെന്നും അതിന് യഥാർത്ഥലോക

ത്തിൽ അടിത്തറയുണ്ടെന്നും ഒരു രൂപത്തിലല്ലെങ്കിൽ മറ്റൊരു രൂപത്തിൽ അവരെ ബോധവാന്മാരാക്കണം.

ജീവിവർഗ്ഗങ്ങൾ മാറ്റമില്ലാത്തവയല്ലെന്ന് ചാൾസ് ഡാർവിൻ സിദ്ധാന്തിക്കുന്നു. അവർക്ക് ഒരു ഭൂതവും വർത്തമാനവും ഭാവിയുമുണ്ട്. മാറ്റങ്ങളും പരിണാമങ്ങളുമുണ്ട്. മാർക്സും എംഗൽസും നിർദ്ദിഷ്ട സമൂഹങ്ങളെ മാറ്റമില്ലാതെ തുടരുന്ന ഗണങ്ങളായല്ല കാണുന്നത്. അത് ഓരോ യുഗത്തിന്റെയും വ്യാമോഹമാണ്. ഓരോ സാമൂഹ്യവ്യവസ്ഥിതിയും മനുഷ്യകുലത്തിന്റെ നിലനില്പിനും ആ വ്യവസ്ഥിതിയല്ലാതെ മറ്റു പോംവഴികളൊന്നും ഇല്ലെന്നും കരുതുന്നു. അതിന്റെ സ്ഥാപനങ്ങളും മതവും സദാചാര സങ്കല്പനങ്ങളും അന്തിമവാക്കുകളായി അവർ നിർണ്ണയിക്കുന്നു.

നരഭോജികളും ഈജിപ്തിലെ പാരോഹിത്യവും മാരി ആന്റോണിറ്റിയും (Marie Antoinette) സാർ നിക്കോളസും (Tsar Nicolas) അങ്ങനെ തന്നെയാണു കരുതിയത്. ബൂർഷ്വാസിയും അവരുടെ വൈതാളികരും അങ്ങനെ വിശ്വസിപ്പിക്കാനാണു ശ്രമിക്കുന്നത്. യാതൊരടിത്തറയുമില്ലാതെ സ്വതന്ത്രകമ്പോളമാണ് അന്തിമമെന്ന് അവർ വിളിച്ചുകൂവുന്നു. മുങ്ങിക്കൊണ്ടിരിക്കുമ്പോഴും അവരാ പല്ലവി ആവർത്തിക്കുന്നു.

പരിണാമസിദ്ധാന്തം ഇന്ന് വിദ്യാസമ്പന്നരായ ഏവരും അംഗീകരിക്കുന്നുണ്ട്. ഡാർവിന്റെ ആശയങ്ങൾ അദ്ദേഹത്തിന്റെ കാലത്ത് വിപ്ലവകരമായിരുന്നു. അത് പരമമായ സത്യമായി അന്ന് അംഗീകരിക്കപ്പെട്ടു. എന്നാൽ പരിണാമം മെല്ലെയുള്ളതും ക്രമാനുഗതമായുള്ളതും തടസ്സങ്ങളോ കുതിച്ചു ചാട്ടങ്ങളോ ഇല്ലാത്തതാണെന്നുമാണ് അന്നു ധരിച്ചിരുന്നത്. പരിഷ്കരണ വാദങ്ങൾക്ക് ആക്കം കൂട്ടാനായി ഈ വാദം പലരും രാഷ്ട്രീയത്തിൽ ഉപയോഗിച്ചു. ദൗർഭാഗ്യവശാൽ തെറ്റിദ്ധാരണയിൽ നിന്നും ഉടലെടുത്തതാണ് ആ വാദം.

പരിണാമം സംഭവിക്കുന്നത് എങ്ങനെയാണെന്നതിനെ സംബന്ധിച്ച രഹസ്യം ഇപ്പോഴും ഏഴു മുദ്രവച്ചു പൂട്ടിയ പുസ്തകത്തിൽ കഴിയുകയാണ്. ഡാർവിനുപോലും അത് പരിപൂർണ്ണമായി മനസ്സിലായിരുന്നില്ലെന്നതിൽ അത്ഭുതമില്ല. ശിലാവശിഷ്ടങ്ങളെ പഠനവിധേയമാക്കിയപ്പോൾ കഴിഞ്ഞ ഒരു പതിറ്റാണ്ടിൽ മാത്രമാണ് പരിണാമം ക്രമത്തിലും സാവധാനത്തിലും നടന്ന പ്രക്രിയയാണെന്ന ധാരണ തിരുത്തപ്പെട്ടത്. നേരത്തെ പരാമർശിക്കപ്പെട്ട സ്റ്റീഫൻ ജെ ഗൗൾഡിന്റെ (Stephen J. Gould) സംഭാവനയാണത്. ദീർഘകാലം കാര്യമായ മാറ്റങ്ങൾ ദൃശ്യമാകാതിരിക്കെ ചില നിമിഷങ്ങളിൽ പരിണാമം സ്ഫോടനാത്മകമാവുകയും വിപുലമായ പരിണാമങ്ങൾ സംഭവിക്കുകയും ചില ജീവികളുടെ വംശനാശവും ചിലതിന്റെ വേഗത്തിലുള്ള പ്രത്യക്ഷപ്പെടലും സാദ്ധ്യമാവുകയും ചെയ്യുന്നു.

പ്രകൃതിയും സമൂഹവും തമ്മിലുള്ള ബന്ധം തീർച്ചയായും ഏകദേശരൂപത്തിലുള്ളതാണ്. ചരിത്രം പരിശോധിച്ചാൽ ക്രമാനുഗതമായ പരി

വർത്തനം എന്ന കാഴ്ചപ്പാട് അടിസ്ഥാനരഹിതമാണെന്നു കാണാം. സാമൂഹ്യവും പ്രകൃതിയെപ്പോലെത്തന്നെ ക്രമാനുഗതവും മെല്ലെയുള്ള ദീർഘകാലവും സ്ഫോടനാത്മകവും പെട്ടെന്നുള്ള ഘട്ടങ്ങളും പിന്നിട്ടിട്ടുള്ളതായി കാണാം. യുദ്ധങ്ങളും വിപ്ലവങ്ങളും പോലുള്ള ഘട്ടങ്ങളിൽ മാറ്റം വളരെ വേഗത്തിൽ വന്നുചേരും. യഥാർത്ഥത്തിൽ ഈ സംഭവങ്ങളാണ് ചരിത്രപരമായ വികാസത്തിന്റെ ചാലകശക്തികളായി മാറുന്നത്. ഒരു സാമൂഹ്യ സാമ്പത്തിക വ്യവസ്ഥ അതിന്റെ വളർച്ചയുടെ പാരമ്യത്തിൽ എത്തുകയും ഉല്പാദനശക്തികൾക്ക് ഇനി ഒട്ടും വികസിക്കാനാവാതെ വരുന്ന സാഹചര്യമാണ് വിപ്ലവത്തിന്റെ അടിസ്ഥാനകാരണം.

ചരിത്രത്തെ സംബന്ധിച്ച ചലനാത്മക വീക്ഷണം

മനുഷ്യരുടെ സാമൂഹ്യവികാസത്തെ നിയന്ത്രിക്കുന്ന നിയമങ്ങളൊന്നും നിലനില്ക്കുന്നില്ലെന്നു വിശ്വസിക്കുന്നവർ ചരിത്രത്തെ സംബന്ധിച്ച ആത്മനിഷ്ഠവും സദാചാരപരവുമായ നിലപാടുള്ളവരായിരിക്കും. ഒടുങ്ങാത്ത അക്രമത്തിനും മനുഷ്യനും മനുഷ്യനും തമ്മിലെ മനുഷ്യത്വരാഹിത്യത്തിനും അതുപോലുള്ള ആഭ്യന്തര കാര്യങ്ങൾക്കുംനേരെ ഗിബ്ബണിനെപ്പോലെ (എന്നാൽ അദ്ദേഹത്തിന്റെ പ്രതിഭയുടെ ലേശവുമില്ലാതെ) അവർ തലകുലുക്കും. ശാസ്ത്രീയമായ ധാരണ ചരിത്രത്തെക്കുറിച്ചില്ലെങ്കിൽ നാം വ്യക്തിനിഷ്ടവീക്ഷണമായിരിക്കും സ്വീകരിക്കുക. ധാർമ്മിക പ്രബോധനങ്ങളല്ല യുക്തിപരമായ ഉൾക്കാഴ്ചയാണാവശ്യം. ഒറ്റപ്പെട്ട സംഭവങ്ങൾക്കപ്പുറം വിശാലമായ പ്രവണതകളും ഒരു സാമൂഹ്യ വ്യവസ്ഥിതിയിൽനിന്നും മറ്റൊന്നിലേക്കുള്ള മാറ്റവും ഈ മാറ്റങ്ങൾക്കുള്ളിൽ ചാലകശക്തിയായി വർത്തിക്കുന്ന അടിസ്ഥാന ഘടകങ്ങളും പരിശോധിക്കപ്പെടണം.

ചരിത്രപരമായ ഭൗതികവാദത്തിന്റെ രീതിശാസ്ത്രം പ്രയോഗിക്കുമ്പോൾ മനുഷ്യചരിത്രത്തിന് അതിന്റേതായ നിയമങ്ങൾ ഉണ്ടെന്നും അതുകൊണ്ടുതന്നെ മാനവചരിത്രത്തിലെ മുഖ്യപ്രവണതകളെ ഒരു പ്രക്രിയയെന്ന നിലയിൽ മനസ്സിലാക്കാൻ കഴിയുമെന്നും വ്യക്തമാക്കുന്നു. അതുവഴി ഉല്പാദന ശക്തികളെ വികസിപ്പിച്ചെടുക്കാനുള്ള കഴിവിനെയോ കഴിവുകേടിനെയോ അടിസ്ഥാനപ്പെടുത്തി വ്യത്യസ്ത സാമൂഹ്യ സാമ്പത്തിക ക്രമങ്ങളുടെ ഉയർച്ച താഴ്ചകളെ വിശദീകരിക്കാമെന്നും അതുവഴി മനുഷ്യ സംസ്കൃതിയുടെ പുതിയ ചക്രവാളങ്ങളിലേക്ക് മനുഷ്യരാശിയെ നയിക്കാമെന്നും പ്രകൃതിക്കുമേൽ അവന്റെ മേധാശക്തി വർദ്ധിപ്പിക്കാനാകുമെന്നും മനസ്സിലാക്കാം.

മിക്കവരും വിശ്വസിപ്പിക്കുന്നത് സമൂഹം എല്ലാക്കാലത്തും മാറ്റമില്ലാതെ തുടരുമെന്നാണ്. അതിന്റെ ധാർമ്മിക മൂല്യങ്ങളും മതപരമോ പ്രത്യയശാസ്ത്രപരമോ ആയ മൂല്യങ്ങളും അചഞ്ചലങ്ങളാണെന്നും അതാണു മനുഷ്യസ്വഭാവമെന്നും നാം കരുതുന്നു. ചരിത്രവുമായുള്ള

ചെറിയ പരിചയംപോലും ആ വിശ്വാസം തെറ്റാണെന്നു തെളിയിക്കുന്നു. വിവിധ സാമൂഹ്യ സാമ്പത്തിക ക്രമങ്ങളുടെ ഉയർച്ച താഴ്ചകളിലൂടെ യാണ് ചരിത്രം സ്വയം വെളിപ്പെടുത്തുന്നത്. വ്യക്തികളെപ്പോലെ സമൂഹങ്ങളും പിറവിയെടുക്കുകയും വികാസം പ്രാപിക്കുകയും അതിന്റെ പാരമ്യത്തിലെത്തിയശേഷം നിപതിക്കുകയും മറ്റൊരു സമൂഹക്രമത്തിനു വഴിമാറുകയും ചെയ്യും.

അന്തിമ വിശകലനത്തിൽ ഒരു നിർദ്ദിഷ്ട സാമൂഹ്യ സാമ്പത്തിക ക്രമത്തിന്റെ ശേഷി നിശ്ചയിക്കുന്നത് ഉല്പാദന ശക്തികളുടെ വളർച്ച യ്ക്കായുള്ള അതിന്റെ കഴിവിന്റെയടിസ്ഥാനത്തിലാണ്. കാരണം മറ്റെല്ലാം ഇതിനെ ആശ്രയിച്ചാണ് നിലകൊള്ളുന്നത്. മറ്റു ചില ഘടകങ്ങൾ ഈ സങ്കീർണ്ണമായ തുലനാവസ്ഥയിലേക്ക് കടന്നുവരുന്നു. മതം, രാഷ്ട്രീയം, തത്ത്വശാസ്ത്രം, ധാർമ്മികത, വിവിധ വർഗ്ഗങ്ങളുടെ മനഃശാസ്ത്രം, നേതാക്കളുടെ വ്യക്തി പ്രഭാവങ്ങൾ എന്നിങ്ങനെ. ഈ ഘടകങ്ങൾ ആകാശത്തുനിന്നും പൊട്ടിവീഴുന്നവയല്ല. സൂക്ഷ്മപരിശോധനയിൽ അവയും വൈരുദ്ധ്യാത്മകമായി നിശ്ചയിക്കപ്പെട്ടവയാണെന്നു കാണാം. യഥാർത്ഥ ചരിത്രപരിസ്ഥിതിയും മനുഷ്യരുടെ ഇച്ഛാശക്തിയാൽ രൂപപ്പെടുന്ന പ്രവണതകളും പ്രക്രിയകളുമാണ് അവയെ നിശ്ചയിക്കുക. ഉല്പാദനോപാധി കളുടെ വികസനം ത്വരിതപ്പെടുകയും സംസ്കാരത്തിന്റെയും നാഗരിക തയുടെയും ചക്രവാളം വികസ്വരമാവുകയും ചെയ്യുന്ന വളർച്ചയുടെ ഘട്ട ത്തിലുള്ള ഒരു സമൂഹത്തിന്റെ കാഴ്ചപ്പാടുകൾ മുരടിപ്പിന്റെയും തകർച്ച യുടെയും വക്കിൽ നില്ക്കുന്ന സമൂഹത്തിന്റെ മനോഘടനയിൽനിന്നും തികച്ചും വിഭിന്നമായിരിക്കും. പൊതുവായ ചരിത്രപരിസരമാണ് എല്ലാം നിർണ്ണയിക്കുന്നത്. അത് നിലനില്ക്കുന്ന ധാർമ്മിക സാഹചര്യങ്ങളെയും രാഷ്ട്രീയവും മതപരവുമായ സ്ഥാപനങ്ങളെയും ബാധിക്കുന്നു. ഇത് വ്യക്തികളായ രാഷ്ട്രീയ നേതാക്കളുടെ ഗുണപരതയേയും ബാധിക്കും.

മുതലാളിത്തത്തിന് അതിന്റെ യുവത്വത്തിൽ അപാരകഴിവുകളുണ്ടാ യിരുന്നു. അത് ഉല്പാദനശക്തികളെ താരതമ്യപ്പെടുത്താനാവാത്തവിധം ഉയരത്തിൽ എത്തിച്ചു. നാഗരികതകളുടെ അതിർത്തികളെ ഭേദിച്ചു കട ന്നുപോയി. അതിന്റെ സ്വഭാവമായ ചൂഷണവും അനീതിയും നിലനില്ക്കു മ്പോൾതന്നെ സമൂഹം വികസിക്കുന്നതായി ആളുകൾക്ക് അനുഭവപ്പെട്ടു. ആ തോന്നൽ ആളുകളിൽ വലിയതോതിൽ ശുഭാപ്തിവിശ്വാസത്തി ന്റെയും പുരോഗതിയുടെയും അന്തരീക്ഷം സൃഷ്ടിച്ചു. പഴയ ഉല്പതി ഷ്ണുത്വത്തിന്റെയും മുഖമുദ്രയായിരുന്നു ആ അന്തരീക്ഷം. ഇന്ന് ഇന്ന ലത്തെക്കാൾ മെച്ചമായതും നാളെ അതിനെക്കാൾ മെച്ചപ്പെട്ടതായിരിക്കും എന്നൊരു വിശ്വാസവും നിലനിന്നിരുന്നു.

എന്നാൽ ഇപ്പോഴത്തെ സ്ഥിതി അതല്ല. പുരോഗതിയെപ്പറ്റിയുള്ള അന്ധമായ ശുഭാപ്തിവിശ്വാസം പോയി മറഞ്ഞു. പകരം അസംതൃപ്തി യുടെയും ഭാവിയെപ്പറ്റിയുള്ള ശുഭപ്രതീക്ഷയില്ലായ്മയുടെയും അന്ത രീക്ഷം സംജാതമായി. മുതലാളിത്തത്തിന് ഏതെങ്കിലും സമൂഹത്തിൽ

എന്തെങ്കിലും പുരോഗമനപരമായ പങ്ക് നിർവ്വഹിക്കാനാവില്ല എന്ന തോന്നലിൽ നിന്നാണ് ഭയത്തിന്റെയും അരക്ഷിതാവസ്ഥയുടെയും അന്തരീക്ഷം സൃഷ്ടിക്കപ്പെട്ടത്. ഇതിന്റെ മന:ശാസ്ത്രപരമായ പ്രതിഫലനമാണ് നാമിന്നു കാണുന്നത്. പത്തൊമ്പതാം നൂറ്റാണ്ടിൽ ലിബറലിസം (ഉല്പതിഷ്ണുത്വം) ബൂർഷ്വാസിയുടെ പ്രധാനപ്പെട്ട പ്രത്യയശാസ്ത്രമായിരുന്നു. പുരോഗതിക്കും ജനാധിപത്യത്തിനും വേണ്ടിയാണ് താത്ത്വികമായി അതു നിലകൊണ്ടത്. എന്നാൽ നിയോലിബറലിസം കൊടിയ ചൂഷണങ്ങളേയും ഭൂമിയെ തന്നെ ബലാത്സംഗം ചെയ്യുന്നതിനേയും പരിസ്ഥിതി നാശത്തെയും ഭാവിയെപ്പറ്റി ഒരു കരുതലും കാണിക്കാതിരിക്കുന്നതിനെയും മറയ്ക്കാനുള്ള മുഖംമൂടിയായി മാറിക്കഴിഞ്ഞിരിക്കുന്നു. എന്നാൽ ഇന്നത്തെ വൻകിട കോർപ്പറേറ്റുകളുടെ (അതായത് ലോകത്തിന്റെ യഥാർത്ഥ ഭരണക്കാരുടെ) ഏക ലക്ഷ്യം ലോകത്തെ കൊള്ളയടിച്ച് തടിച്ചുകൊഴുക്കുക എന്നതു മാത്രമാണ്. സാമ്പത്തിക ഞെരുക്കം അനുഭവിക്കുന്ന കമ്പനികളെ ഏറ്റെടുത്ത് അതിന്റെ ആസ്തി കൈയൊഴിഞ്ഞ് കൊള്ളലാഭമടിക്കുന്ന സ്വകാര്യവല്ക്കരണത്തിലൂടെ പൊതുസമ്പത്ത് കൈക്കലാക്കുക, പരാന്നഭുക്കുകളാവുക തുടങ്ങിയവയാണ് ഇന്നത്തെ മുതലാളിത്തത്തിന്റെ മുഖ്യലക്ഷണങ്ങൾ. അത് ഒരു വ്യവസ്ഥിതിയുടെ ജീർണ്ണാവസ്ഥയെക്കുറിക്കുന്നു.

സമൂഹങ്ങളുടെ ഉയർച്ചയും തകർച്ചയും

> **ഒ**രു വ്യവസ്ഥിതിയിൽനിന്നും മറ്റൊന്നിലേക്കുള്ള പരിവർത്തനം എപ്പോഴും നിശ്ചയിക്കുന്നത് ഉല്പാദനശക്തികളുടെ വികാസമാണ്. അതായത് സാങ്കേതിക വിദ്യയുടെയും തൊഴിൽസംഘാടകത്വത്തിന്റെയും വികാസം പ്രത്യേകമായൊരു ഘട്ടംവരെ സാമൂഹ്യമാറ്റം അളവിലുള്ള മാറ്റമായിരിക്കും. അത് സാമൂഹ്യാടിത്തറയെ മാറ്റിമറിക്കുകയില്ല (അതായത് നിലവിലുള്ള ഭൂബന്ധങ്ങൾ). എന്നാൽ പഴയ ഭൂബന്ധങ്ങൾക്കുള്ളിൽ ഉല്പാദനശക്തികൾക്ക് വികസിക്കാനാവില്ല എന്ന ഒരു ഘട്ടം എത്തിച്ചേരുമ്പോൾ സാമൂഹ്യക്രമത്തിൽ വിപ്ലവകരമായ മാറ്റം വന്നു തുടങ്ങും. സ്ഥിതി സ്ഫോടകാത്മകമാവും (ലിയോൺ ട്രോട്സ്കി, *നമ്മുടെ കാലത്തെ മാർക്സിസം* 1939).

സോഷ്യലിസത്തിനെതിരായി സാധാരണ കേൾക്കാറുള്ള വാദങ്ങൾ ഇപ്രകാരമാണ്. മനുഷ്യസ്വഭാവത്തെ മാറ്റാനാകില്ല. മനുഷ്യൻ സ്വാഭാവികമായും സ്വാർത്ഥനും ആർത്തിയുള്ളവനുമാണ്. വാസ്തവത്തിൽ ചരിത്രബാഹ്യമായ മനുഷ്യസ്വഭാവം എന്നൊന്നില്ല. മനുഷ്യസ്വഭാവം എന്നു നാം പറയുന്ന സംഗതി മനുഷ്യ പരിണാമം മുതല്ക്കുള്ള ഘട്ടങ്ങളിൽ എത്രയോ മാറ്റങ്ങൾക്ക് വിധേയമായിരിക്കുന്നു. പുരുഷനും സ്ത്രീയും തൊഴിലിൽ കൂടി നിരന്തരം പ്രകൃതിയെ മാറ്റിക്കൊണ്ടിരിക്കുന്നു. അതു ചെയ്യുമ്പോൾ അവർ സ്വയം മാറുകയും ചെയ്യുന്നു. മനുഷ്യർ സ്വാഭാവികമായും സ്വാർത്ഥരും ആർത്തിയുള്ളവരുമാണെന്ന വാദം മനുഷ്യന്റെ പരിണാമം മുതല്ക്കുള്ള വസ്തുതകൾ അംഗീകരിക്കുന്നില്ല.

നമ്മുടെ ഏറ്റവും മുമ്പുള്ള പൂർവ്വപിതാക്കൾ അവർ പൂർണ്ണമനുഷ്യ

രായി വികസിച്ചുകൊണ്ടിരിക്കുമ്പോൾ ചെറിയ വലിപ്പം മാത്രം ഉള്ളവരും മറ്റു മൃഗങ്ങളുമായി താരതമ്യപ്പെടുത്തിയാൽ ശാരീരികമായി ദുർബ്ബലരുമായിരുന്നു. അവർക്കു ശക്തമായ പല്ലുകളോ നഖങ്ങളോ ഉണ്ടായിരുന്നില്ല. നിവർന്നുള്ള അവന്റെ നില കാരണം വേഗത്തിൽ ഓടാൻ കഴിഞ്ഞിരുന്നില്ല. അവൻ ഭക്ഷിക്കാൻ ആഗ്രഹിക്കുന്ന ഒരു മാനിനെ ഓടിച്ചു കീഴ്പ്പെടുത്താൻ അവന് കഴിയുമായിരുന്നില്ല. അതുപോലെതന്നെ അവനെ ഭക്ഷിക്കാനായി എത്തുന്ന സിംഹത്തിന്റെ പിടിയിൽനിന്നും ഓടി രക്ഷപ്പെടാനും കഴിയുമായിരുന്നില്ല. അവന്റെ തലച്ചോറ് ഒരു ആൾക്കുരങ്ങന്റെ തലച്ചോറിനേക്കാൾ വലിപ്പമുള്ളതായിരുന്നില്ല. ആഫ്രിക്കയിലെ പുൽമേടുകളിൽ അലഞ്ഞുനടക്കുന്ന കാലത്ത് അവന് മൗലികമായ ഒരു കാര്യത്തിലൊഴികെ മറ്റൊരു കാര്യത്തിലും മേൽക്കൈ ഉണ്ടായിരുന്നില്ല.

വാനരനിൽനിന്നും നരനിലേക്കുള്ള പരിണാമത്തിൽ അദ്ധ്വാനത്തിന്റെ പങ്ക് എന്ന എംഗൽസിന്റെ കൃതിയിൽ മനുഷ്യന്റെ നിവർന്ന നില അവന്റെ കൈകളെ സ്വതന്ത്രരാക്കിയതിനെപ്പറ്റി പറയുന്നുണ്ട്. അതുമൂലം അവന് മരം കയറാനും മറ്റും എളുപ്പത്തിൽ കഴിഞ്ഞു. ശിലായുധങ്ങളുടെ നിർമ്മിതി അവന്റെ ജീവിതത്തിൽ ഗുണപരമായ കുതിച്ചു ചാട്ടമുണ്ടാക്കി. നമ്മുടെ പൂർവ്വികരുടെ പരിണാമത്തിൽ അതു വലിയൊരു നേട്ടമായി. ഇതിൽ നിന്നെല്ലാം പ്രധാനമായത് കൂട്ടായ അദ്ധ്വാനവും ഒരുമിച്ചുള്ള വാസവുമാണ്. അതുമൂലം ഭാഷയും ഉരുത്തിരിഞ്ഞു.

മറ്റു ജീവജാലങ്ങളുമായി താരതമ്യം ചെയ്താൽ മനുഷ്യശിശു വളരെ ദുർബ്ബലനാണ്. പെറുക്കിത്തീനികളായ മനുഷ്യർക്ക് അതിനായി ഒരിടത്തുനിന്നും മറ്റൊരിടത്തേക്ക് മാറേണ്ടിവന്നിരുന്നു. തങ്ങളുടെ കുഞ്ഞുങ്ങളെ സംരക്ഷിക്കുന്നതിനും ഗോത്രങ്ങളെ സംരക്ഷിക്കുന്നതിനും കടുത്ത ഐക്യബോധം അവരിൽ നിലനിന്നിരുന്നു. ഒരു കാര്യം നമുക്ക് ഉറപ്പിച്ചു പറയാം; ഈ സഹകരണബോധവും ഐക്യദാർഢ്യവും ഉണ്ടായിരുന്നില്ലെങ്കിൽ പിറന്നുവീണപ്പോൾതന്നെ മനുഷ്യകുലത്തിന് വംശനാശമുണ്ടാകുമായിരുന്നു.

ഇത് നമുക്ക് ഇപ്പോഴും കാണാം. ഒരു പുഴയിൽ മുങ്ങിത്താഴുന്ന കുഞ്ഞിനെ കാണുന്ന മാത്രയിൽ മിക്കവരും സ്വന്തം ജീവൻ പണയം വച്ച് ആ കുഞ്ഞിനെ രക്ഷിക്കാൻ നോക്കും. അപ്രകാരം ശ്രമിക്കുന്നതിനിടയിൽ എത്രയോപേർ സ്വന്തം ജീവൻ നഷ്ടപ്പെടുത്തിയിരിക്കുന്നു. ദുരഭിമാന പ്രേരിതമായോ ചെറിയ ഗോത്രങ്ങളുടെ രക്തബന്ധത്താലോ ആണ് ഇപ്രകാരം ചെയ്യുന്നതെന്നു വിശദീകരിക്കാനാവില്ല. ഇപ്രകാരം രക്ഷാപ്രവർത്തനം നടത്തുന്നവർക്ക് അവർ രക്ഷിക്കാൻ ശ്രമിക്കുന്നത് ആരാണെന്നുപോലും അറിയുകയില്ലായിരിക്കും. അപ്രകാരം ചെയ്യുന്നതിന് ഒരു പ്രതിഫലവും അവർ ആഗ്രഹിക്കുന്നുമില്ല. ഈ പ്രവർത്തി ആഴത്തിൽ വേരുള്ള ഐക്യപ്പെടാനുള്ള മനുഷ്യന്റെ ജന്മവാസനയിൽ നിന്നും ഉടലെടുത്തതാണ്. ഇനി മനുഷ്യൻ സ്വാഭാവികമായും സ്വാർത്ഥ

നാണെന്നവാദത്തെപ്പറ്റി. ഇത് മുതലാളിത്തസമൂഹത്തിന്റെ വൃത്തികെട്ടതും മനുഷ്യത്വരഹിതവുമായ അന്യവല്ക്കരണത്തിന്റെ പ്രതിഫലനമാണ്. ഈ വൃത്തികെട്ട മുദ്ര ചാർത്തിക്കൊടുക്കുന്നത് മനുഷ്യവംശത്തിന് അപമാനമാണ്.

ചരിത്രത്തിന്റെ ബഹുഭൂരിപക്ഷഘട്ടങ്ങളിലും മനുഷ്യർ സ്വകാര്യസ്വത്തില്ലാത്ത സമൂഹങ്ങളിലാണ് ജീവിച്ചത്. അവിടെ പണമോ, മേധാവിയോ, തൊഴിലാളികളോ, ബാങ്കർമാരോ, ഭൂപ്രഭുക്കളോ, ഭരണകൂടമോ, സംഘടിതമതമോ, പൊലീസോ, ജയിലുകളോ ഉണ്ടായിരുന്നില്ല. നാമിന്നു മനസ്സിലാക്കും പോലുള്ള കുടുംബവും ഉണ്ടായിരുന്നില്ല. ഇതൊന്നുമില്ലാത്തൊരു ലോകത്തെപ്പറ്റി ചിന്തിക്കാൻപോലും മിക്കവർക്കും കഴിയില്ല. അവർ വിചാരിക്കുന്നത് ഇതെല്ലാം ദൈവത്തിന്റെ കളികളാണെന്നാണ്. ഇതൊന്നും കൂടാതെതന്നെ നമ്മുടെ പൂർവ്വികർ ജീവിച്ചുപോന്നു.

പെറുക്കിത്തീനികളിൽനിന്നും വേട്ടക്കാരിൽനിന്നും സ്ഥിരവാസത്തിലേക്കും കൃഷിയിലേക്കും മൃഗപരിപാലനത്തിലേക്കും എത്തിയതാണ് ആദ്യത്തെ സാമൂഹ്യവിപ്ലവം. പ്രമുഖ ആസ്ട്രേലിയൻ പുരാവസ്തു വിദഗ്ദ്ധരും മാർക്സിസ്റ്റുമായ ഗോർഡൻ ചൈൽഡ് (Gordon Childe) ഇതിനെ നവീന ശിലാവിപ്ലവം എന്നു വിളിച്ചു. കൃഷിക്കായി വെള്ളം വേണം. നിലനില്പിനു മാത്രമുള്ള പ്രകൃതിക്കപ്പുറത്തേക്കുപോകണമെങ്കിൽ ജലസേചനവും കുളം കുഴിക്കലും ഡാം നിർമ്മിക്കലും വൻതോതിലുള്ള ജലവിതരണവും വേണ്ടിവരും. ഇതൊക്കെ സാമൂഹ്യമായി മാത്രം ചെയ്യാവുന്ന പ്രവൃത്തികളാണ്. വലിയ രീതിയിലുള്ള ജലസേചനത്തിന് വലിയ തോതിലുള്ള സംഘാടനം ആവശ്യമാണ്. ധാരാളം തൊഴിലാളികൾ, ഉയർന്ന സംഘടനാ രൂപങ്ങൾ, അച്ചടക്കം എന്നിവ അനിവാര്യമാകും. പ്രസവവും കുട്ടികളെ വളർത്തലുമായി ബന്ധപ്പെട്ട പ്രാഥമിക ദശയിലുണ്ടായിരുന്ന സ്ത്രീയും പുരുഷനും തമ്മിലുള്ള തൊഴിൽ വിഭജനം ക്രമേണ ഉയർന്നതലങ്ങളിലേക്കു വ്യാപിച്ചു. സംഘങ്ങളായി പ്രവത്തികൾ നിർവ്വഹിക്കേണ്ടിവന്നപ്പോൾ സംഘത്തലവന്മാർ ഫോർമാൻമാർ, ഓഫീസർമാർ മേൽനോട്ടക്കാരായ ഉദ്യോഗസ്ഥർ തുടങ്ങിയ വിഭാഗങ്ങൾ ഉയർന്നുവന്നു. വൻതോതിലുള്ള സഹകരണത്തിന് ആസൂത്രണം, ശാസ്ത്രം, സാങ്കേതികവിദ്യ എന്നിവ ഉപയോഗിക്കേണ്ടിവരും. ഇത് ചെറുസംഘങ്ങളായിതിരിഞ്ഞ ഗോത്രങ്ങളെക്കൊണ്ട് നിർവ്വഹിക്കാനാകാതെ വരും. ഇത്തരം ചെറുസംഘങ്ങളായിരുന്നു പഴയ സാമൂഹ്യക്രമങ്ങളുടെ കേന്ദ്രസ്ഥാനത്ത്. വലിയ തോതിൽ തൊഴിലാളികളെ സംഘടിപ്പിക്കേണ്ടിവന്നപ്പോഴാണ് കേന്ദ്രസ്ഥാനത്ത് ഭരണകൂടം ഉദയം ചെയ്തത്. അതിനൊപ്പം ഭരണസംവിധാനങ്ങളും. ഈജിപ്തിലും മെസൊപ്പൊട്ടാമിയയിലും മറ്റും ഉയർന്നുവന്ന പോലുള്ള പട്ടാളവും പ്രത്യക്ഷമായി.

ഉല്പാദനത്തിനായി സമയം രേഖപ്പെടുത്തലും അളവുതൂക്കങ്ങളും

അനിവാര്യമായി. ഇവ ഉല്പാദനോപാധികൾ മാത്രമല്ല ഉല്പാദനശക്തികൾ തന്നെയാണ്. വർഷംതോറും ഭൂമിയെ വീണ്ടും വീണ്ടും അളന്നു തിട്ടപ്പെടുത്തേണ്ടിവന്നപ്പോഴാണ് ജ്യോമെട്രി ഉദയം ചെയ്തതെന്ന് ഹെറോദോത്തസ് (Herodotus) നിരീക്ഷിച്ചിട്ടുണ്ട്. ഭൂമിയുടെ അളവെടുക്കൽ എന്നാണല്ലോ ജ്യോമെട്രി എന്ന വാക്കുതന്നെ അർത്ഥമാക്കുന്നത്.

സ്വർഗ്ഗത്തെപ്പറ്റിയും വനശാസ്ത്രത്തെപ്പറ്റിയും കണക്കുകളെപ്പറ്റിയുമുള്ള പഠനം പുരാതന ഈജിപ്റ്റുകാരായ പുരോഹിതന്മാർക്ക് നൈൽ പോലുള്ള നദികളിലെ വെള്ളപ്പൊക്കം പ്രവചിക്കാനുള്ള കഴിവു നല്കി. അപ്രകാരം ഒരു സാമ്പത്തികമായ ആവശ്യകത എന്ന നിലയ്ക്കാണ് ശാസ്ത്രം ഉയർന്നുവന്നത്.

തന്റെ *അതിഭൗതികത* എന്ന ഗ്രന്ഥത്തിൽ അരിസ്റ്റോട്ടിൽ ഇങ്ങനെ എഴുതി. “ജീവിതാവശ്യങ്ങൾ പ്രത്യക്ഷപ്പെട്ടതോടെയത്രെ മനുഷ്യൻ തത്ത്വവല്ക്കരിക്കാൻ തുടങ്ങിയത്.” 2300 വർഷങ്ങൾക്കുശേഷം ഈ പ്രസ്താവന കാൾ മാർക്സിന്റെ ചരിത്രപരമായ ഭൗതികവാദത്തിന്റെ ഹൃദയമായി.

ഉള്ളവനും ഇല്ലാത്തവനും ദരിദ്രനും ധനവാനും ഭരിക്കുന്നവനും ഭരിക്കപ്പെടുന്നവനും വിദ്യാസമ്പന്നനും അജ്ഞാനിയും തമ്മിലുള്ള വിടവാണ് യഥാർത്ഥത്തിൽ കായികവും മാനസികവുമായ അദ്ധ്വാനവിഭജനത്തിന്റെ ഹൃദയം. ഫോർമാൻ ഭൗതിക അദ്ധ്വാനത്തിൽ ഏർപ്പെട്ടില്ല എന്നത് ഒരു വിലക്കുപോലെ നിലനില്ക്കുന്നു. *ബൈബിൾ*തന്നെ വിറകുവെട്ടികളെയും വെള്ളം കോരികളെയുംപറ്റി പറയുന്നുണ്ട്. അവരെ സംസ്കാരത്തിൽ നിന്നും മാറ്റി നിർത്തുകയും സംസ്കാരത്തെ മാന്ത്രികതയും അജ്ഞേയതയുംകൊണ്ടു പൊതിയുകയും ചെയ്തു. അങ്ങനെ സംസ്കാരത്തിന്റെ മഹാരഹസ്യങ്ങൾ പൗരോഹിത്യത്തിന്റെ കുത്തകയായി മാറി.

വർഗ്ഗസമൂഹത്തെപ്പറ്റി നാം ഇതിനുമുമ്പ് മനസ്സിലാക്കിയിട്ടുണ്ട്. സമൂഹം വർഗ്ഗങ്ങളായി വിഭജിക്കപ്പെട്ടിരിക്കുന്നു. ചൂഷകരായും ഉപചൂഷകരായും എവിടെയെല്ലാം കലയും ശാസ്ത്രവും ഗവൺമെന്റും ഒരു ന്യൂനപക്ഷത്തിന്റെ കുത്തകയായി തുടരുന്നുവോ അവിടെയെല്ലാം ആ ന്യൂനപക്ഷം സ്വന്തം സ്വാർത്ഥതയ്ക്കായി അവരുടെ പദവി ഉപയോഗപ്പെടുത്തും. 12,000 കൊല്ലങ്ങളായി തുടരുന്ന വർഗ്ഗസമൂഹത്തിന്റെ ഏറ്റവും വലിയ രഹസ്യം ഇതുതന്നെയാണ്.

ഈ കാലയളവിലെല്ലാം തന്നെ സാമൂഹ്യ ജീവിതത്തിലും സാമ്പത്തിക ജീവിതത്തിലും അടിസ്ഥാനപരമായ പല മാറ്റങ്ങളും വന്നിട്ടുണ്ട്. എന്നാൽ ഭരിക്കുന്നവരും ഭരിക്കപ്പെടുന്നവരും പണക്കാരും പാവപ്പെട്ടവരും ചൂഷകരും ചൂഷിതരും തമ്മിലുള്ള ബന്ധത്തിൽ ഒരു മാറ്റവും ഉണ്ടായില്ല. ഭരണ സംവിധാനങ്ങളിൽ ഒട്ടേറെ മാറ്റങ്ങൾ വന്നെങ്കിലും ഭരണകൂടം ഒരു മാറ്റവുമില്ലാതെ തുടർന്നു. ഭരണകൂടം ഭീഷണിപ്പെടുത്തിയും അടിച്ചമർത്തിയും വർഗ്ഗഭരണം തുടർന്നു.

അടിമവ്യവസ്ഥയുടെ പതനത്തെത്തുടർന്ന് യൂറോപ്പിൽ ഫ്യൂഡലിസം ഉദയം ചെയ്തു. അത് കാലക്രമത്തിൽ മുതലാളിത്തത്തിനു വഴി മാറി. ഇറ്റലിയിലെയും നെതർലാന്റിലെയും നഗരങ്ങളിലാണ് ബൂർഷ്വാസിയുടെ ഉദയം. 16, 17 നൂറ്റാണ്ടുകളിലെ ബൂർഷ്വാ വിപ്ലവങ്ങളിലൂടെ പോളണ്ടിലും ഇംഗ്ലണ്ടിലും 1789–93 ലെ മഹത്തായ ഫ്രഞ്ചുവിപ്ലവത്തിലൂടെ ഫ്രാൻസിലും ബൂർഷ്വാസി നിർണ്ണായക ശക്തിയായി ഉയർന്നുവന്നു. ഈ മാറ്റങ്ങളോടൊപ്പം തന്നെ സംസ്കാരത്തിലും കലയിലും സാഹിത്യത്തിലും മതത്തിലും തത്ത്വശാസ്ത്രത്തിലും വൻ മാറ്റങ്ങളുണ്ടായി.

ഭരണകൂടം

സമൂഹത്തിനു മുകളിൽ നിലകൊള്ളുകയും അതിൽനിന്നു നിരന്തരം അന്യവല്ക്കരിക്കപ്പെട്ടുകൊണ്ടിരിക്കുകയും ചെയ്യുന്ന പ്രത്യേക മർദ്ദനോപകരണമാണ് ഭരണകൂടം. ഭരണകൂടത്തിന്റെ ഉത്ഭവം സാഹചര്യങ്ങൾക്കനുസരിച്ച് മാറിക്കൊണ്ടിരിക്കുന്നതാണ്. ജർമ്മൻകാർക്കിടയിലും അമേരിക്കൻ വംശജർക്കിടയിലും യുദ്ധത്തലവനു ചുറ്റും നിലകൊള്ളുന്ന പോരാളികളുടെ സമൂഹത്തിൽനിന്നാണ് ഭരണകൂടം ആവിർഭവിച്ചത്. ഹോമറുടെ കാവ്യങ്ങളിൽ കാണുന്നതുപോലെ ഗ്രീക്കുകാർക്കിടയിലും ഇങ്ങനെതന്നെയായിരുന്നു.

ആരംഭത്തിൽ ഗോത്രത്തലവന് ആ പദവി കൈവന്നിരുന്നത് അയാളുടെ ധീരതയിലും പ്രതിഭയിലും വ്യക്തിവിശേഷതകളിലും നിന്നാണ്. പ്രാകൃത കാലത്ത് നിലനിന്നിരുന്നതുപോലെ നേതാക്കളുടെ സ്വഭാവസവിശേഷതകളിൽനിന്നുമല്ല ഭരണവർഗ്ഗത്തിന്റെ ശക്തി രൂപപ്പെടുന്നത്. ഇന്ന് അതിന്റെ വേരുകൾ വസ്തുനിഷ്ഠമായ സാമൂഹികവും ഉല്പാദനാധിഷ്ഠിതവുമായ സാഹചര്യങ്ങളിലും ധനശക്തിയിലുമാണ് കുടികൊള്ളുന്നത്. ഭരണാധികാരിയുടെ സ്വഭാവം നല്ലതോ ചീത്തയോ നിർജ്ജീവമോ ആകാം. എന്നാൽ അതല്ല കാര്യം. വർഗ്ഗസമൂഹങ്ങളുടെ ആദ്യഘട്ടങ്ങളിലെ ഭരണകൂടങ്ങൾ രാക്ഷസീയമായിരുന്നു. തൊഴിലിനെ വൻതോതിൽ അത് അപഹരിച്ചു. അവകാശങ്ങളെല്ലാം നിഷേധിച്ച് ജനങ്ങളെ അടിച്ചമർത്തി. തൊഴിൽ വിഭജനത്തിന്റെ ആവിർഭാവത്തോടെ സമൂഹങ്ങൾ രൂപപ്പെടുകയും സഹകരണം അടുത്തൊരു ഘട്ടത്തിലേക്കു പ്രവേശിക്കുകയും ചെയ്തു. തൊഴിൽ ശക്തി വൻതോതിൽ സമാഹരിക്കപ്പെട്ടു. ഉല്പാദനക്ഷമമായ മനുഷ്യാദ്ധ്വാനം മുമ്പൊരിക്കലും ദർശിക്കാനാകാത്ത ഉയരങ്ങളിൽ എത്തി.

അടിത്തട്ടിൽ ഇതെല്ലാം കർഷകരെ ആശ്രയിച്ചാണ് നിലകൊണ്ടത്. കർഷകരിൽനിന്നുള്ള നിർബ്ബന്ധിത തൊഴിലിനെയും ഭരണകൂടം വൻതോതിൽ ആശ്രയിച്ചു. നികുതിയിന്മേലും നിർബ്ബന്ധിത കാർഷിക തൊഴിലിന്മേലുമായിരുന്നു അന്നത്തെ സമൂഹം നിലയുറപ്പിച്ചത്. ഉല്പാദനവ്യവസ്ഥയെ നിയന്ത്രിച്ചിരുന്നവർതന്നെയാണ് ഭരണകൂടത്തെയും നിയന്ത്രിച്ചിരുന്നത്. ഭരണകൂടാധികാരത്തിന്റെ ഉറവിടം ഉല്പാദന ബന്ധങ്ങളാണ്, വ്യക്തിസവിശേഷതകളല്ല. അത്തരം സമൂഹങ്ങളിലെ ഭരണകൂടങ്ങൾ കേന്ദ്രീകൃതവും ബ്യൂറോക്രാറ്റിക് സ്വഭാവമുള്ളതുമായിരുന്നു. ആദ്യം അതിന് ഒരു മതസ്വഭാവം ഉണ്ടായിരുന്നു. പിന്നീടത് പുരോഹിത വർഗ്ഗത്തിന്റെ അധികാരത്തോടൊപ്പം ഇഴുകിച്ചേർന്നു. എല്ലാത്തിനും മുകളിൽ ദൈവീകാധികാരത്തോടുകൂടിയ രാജാവ് നിലകൊണ്ടു. അതിനു കീഴിൽ പട്ടാള ഉദ്യോഗസ്ഥരും ബ്യൂറോക്രാറ്റുകളും ഗുമസ്തന്മാരും ഓവർസീയറന്മാരും പ്രവർത്തിച്ചു. ചെറിയ ഒരു വിഭാഗത്തിനുമാത്രം മനസ്സിലാക്കുന്ന ഭാഷയിലായിരുന്നു ഔദ്യോഗിക എഴുത്തുകുത്തുകൾ.

അങ്ങനെ തുടക്കം മുതല്ക്കേ ഭരണകൂട സംവിധാനങ്ങൾ നിഗൂഢവല്ക്കരിക്കപ്പെട്ടിരുന്നു. യഥാർത്ഥ സാമൂഹ്യബന്ധങ്ങൾ ഭരണകൂടത്തിൽ നിന്നും അന്യവല്ക്കരിക്കപ്പെട്ട നിലയിലായിരുന്നു. ഇപ്പോഴും അത് അങ്ങനെതന്നെയാണ്. ബ്രിട്ടണിൽ പാരമ്പര്യത്തിന്റെ പേരിൽ അത് ഇപ്പോഴും ആഘോഷപൂർവ്വം കൊണ്ടാടപ്പെടുന്നു. അമേരിക്കൻ ഐക്യനാടുകളിൽ ഇതിൽ നിന്നും വേറിട്ടൊരു രൂപത്തിലാണ് ഭരണകൂടം സൃഷ്ടിക്കപ്പെട്ടിരിക്കുന്നത്. അവിടെ പ്രസിഡന്റാണ് സകല അധികാരങ്ങളുടെയും കേന്ദ്രം. ചുരുക്കത്തിൽ, എല്ലാ ഭരണകൂടങ്ങളും ഒരു വർഗ്ഗത്തിനുമേൽ മറ്റൊരു വർഗ്ഗത്തിന്റെ ആധിപത്യമാണ്. അത് പ്രയോഗത്തിൽ, ഇതര സമൂഹങ്ങൾക്കു മേലുള്ള ആധിപത്യമാണ്. ഏറ്റവും വിപുലമായ ജനാധിപത്യവും യഥാർത്ഥത്തിൽ വർഗ്ഗാധിപത്യമാണ്. ഉല്പാദനോപാധികളുടെ നിയന്ത്രണം ഭരണവർഗ്ഗത്തിനാണ്. ഭരണം ഒരു വർഗ്ഗത്തിന്റേതാണ്.

തൊഴിലാളിവർഗ്ഗത്തിനാൽ ഉല്പാദിപ്പിക്കപ്പെടുന്ന സമ്പത്താകെ കൊള്ളയടിക്കുന്ന രാക്ഷസനാണ് ബ്യൂറോക്രസിയാൽ നിയന്ത്രിക്കപ്പെടുന്ന ഭരണകൂടം. ഈ ഭരണകൂടത്തെ തൂത്തെറിയണമെന്ന കാര്യത്തിൽ മാർക്സിസ്റ്റുകാരും അരാജകവാദികളും യോജിക്കുന്നു. എങ്ങനെയാണതു നിർവഹിക്കേണ്ടത്. എന്ന കാര്യത്തിലാണ് ഭിന്നത. എങ്ങനെ ആരാൽ അത് നിർവ്വഹിക്കപ്പെടും? അതിനുപകരം ഏതിനെ സ്ഥാപിക്കും? ഏതുവിപ്ലവത്തിന്റെയും മൗലിക ചോദ്യം ഇതാണ്. റഷ്യൻ വിപ്ലവത്തെ തുടർന്നുവന്ന ആഭ്യന്തര യുദ്ധകാലത്ത് ട്രോട്സ്കി ഇക്കാര്യത്തിലെ മാർക്സിസ്റ്റ് ധാരണ ഒരു പ്രസംഗത്തിലൂടെ വെളിപ്പെടുത്തി.

> ബൂർഷ്വാസി ഇങ്ങനെ പറയും, ഭരണകൂടാധികാരത്തെ തൊടരുത്. അത് വിദ്യാസമ്പന്നരായ കുലീനതയുടെ പുണ്യസ്ഥലമാണ്. അരാ

> ജകവാദികൾ പറയും, അതിനെ തൊടരുത് അത് നരകതുല്യവും വിനാശകരവുമാണ്. അതുമായി ബന്ധപ്പെട്ട ഒന്ന് നമുക്ക് വേണ്ട. ബൂർഷ്വാസിക്ക് അത് പുണ്യവും അരാജകവാദികൾക്ക് അത് പാപവുമാണ്. ഇരുവരും പറയുന്നത് അതിൽ തൊടരുതെന്നാണ്. നമ്മൾ പറയുന്നത്. അതിൽ തൊടുക മാത്രമല്ല കൈകളിൽ എടുത്ത് നിങ്ങളുടെ താല്പര്യത്തിനുസരിച്ച് ഉപയോഗിക്കണമെന്നാണ്. സ്വകാര്യസ്വത്തിന്റെ നിരോധനത്തിനായും തൊഴിലാളിവർഗ്ഗത്തിന്റെ ഉടമസ്ഥതയ്ക്കും വിമോചനത്തിനുംവേണ്ടി അതിനെ ഉപയോഗിക്കുക.

ഭരണകൂടം അന്തിമമായി പട്ടാളത്തിന്റെയും പൊലീസിന്റെയും കോടതികളുടെയും ജയിലിന്റെയുമാണെന്ന് മാർക്സിസം നമ്മെ പഠിപ്പിക്കുന്നു. അരാജകവാദികളിൽനിന്നും വിഭിന്നമായി മാർക്സ് കണ്ടത് ചൂഷകവർഗ്ഗത്തെ ചെറുക്കാനായി തൊഴിലാളിവർഗ്ഗത്തിന്റേതായ ഭരണകൂടം ആവശ്യമാണെന്നാണ്. മാർക്സിന്റെ ഈ നിലപാടിനെ ബൂർഷ്വാസിയും അരാജകവാദികളും വളച്ചൊടിച്ചു. മാർക്സ് സംസാരിച്ചത് തൊഴിലാളിവർഗ്ഗത്തിന്റെ സർവ്വാധിപത്യത്തെക്കുറിച്ചാണ്. ചുരുക്കിപ്പറഞ്ഞാൽ, അത് തൊഴിലാളിവർഗ്ഗത്തിന്റെ രാഷ്ട്രീയഭരണമാണ്. മാർക്സിനുപോലും അജ്ഞാതമായ അർത്ഥതലങ്ങളും വ്യാഖ്യാനങ്ങളുമാണ് ഇക്കാലത്ത് സർവ്വാധിപത്യം എന്ന വാക്കിന് നല്കിക്കാണുന്നത്. ഭരണകൂടങ്ങൾ പലപ്പോഴും രാക്ഷസീയരൂപം കൈവരിച്ചിട്ടുണ്ട്. രഹസ്യപൊലീസും തടവറകളും വ്യാപകമായി. മാർക്സിന്റെ സ്വപ്നത്തിൽപോലും ഉള്ളതായിരുന്നില്ല അത്. റോമൻ റിപ്പബ്ലിക്കിൽ നിന്നാണ് മാർക്സ് സർവ്വാധിപത്യം എന്ന ആശയം കണ്ടെത്തുന്നത്. യുദ്ധ പരിസ്ഥിതികളിൽ സാധാരണ നിയമങ്ങൾ തല്ക്കാലത്തേക്ക് മാറ്റിവയ്ക്കുന്നതിനെയാണത് അർത്ഥമാക്കിയത്.

റോമിലെ സർവ്വാധികാരി ഒരു അസാധാരണ മജിസ്ട്രേട്ടാണ്. സാധാരണ ഒരു മജിസ്ട്രേട്ടിനു ചെയ്യാൻ അധികാരമില്ലാത്ത കാര്യങ്ങൾ ഇദ്ദേഹത്തിനു ചെയ്യാം. ഇദ്ദേഹത്തിന്റെ കാര്യാലയത്തിനെ ജനങ്ങളുടെ യജമാനൻ (Magister populi) എന്നും പൗര സൈനികരുടെ തലവൻ എന്നെല്ലാം വിളിച്ചിരുന്നു.

ചുരുക്കത്തിൽ, അതൊരു പട്ടാള സംവിധാനമായിരുന്നു. നിശ്ചിത കാലം കഴിയുമ്പോൾ അയാൾ അധികാരമൊഴിയണം. റഷ്യയിലെ സർവ്വാധിപത്യവും ചില ഘട്ടങ്ങളിൽ ബ്യൂറോ ക്രാറ്റുകളുടേയും വരേണ്യരുടെയും നിയന്ത്രണത്തിൽപെട്ടു. മാർക്സ് ഇങ്ങനെയൊരവസ്ഥ സങ്കല്പിച്ചിട്ടുപോലുമുണ്ടാവില്ല. 1871 ലെ പാരീസ് കമ്യൂണിലാണ് തന്റെ തൊഴിലാളിവർഗ്ഗത്തിന്റെ സർവ്വാധിപത്യം എന്ന ആശയത്തിന്റെ അടിത്തറ കണ്ടത്. ഇവിടെയാണ് പൊതുജനങ്ങൾ തൊഴിലാളികളുടെ നേതൃത്വ

ത്തിൽ പഴയ ഭരണകൂടത്തെ അട്ടിമറിച്ച് പുതിയതൊന്ന് കെട്ടിപ്പടുക്കാൻ ശ്രമിച്ചത്. മുൻകൂട്ടി നിശ്ചയിച്ച ഒരുപരിപാടിയുടെ അഭാവത്തിലും ബഹുജനങ്ങളുടെ നേതൃത്വം അസാമാന്യധീരതയും ക്രിയാത്മകതയും പ്രകടിപ്പിച്ചു. പാരീസ് കമ്യൂണിന്റെ അനുഭവം വിലയിരുത്തി മാർക്സും എംഗൽസും ഇപ്രകാരം എഴുതി.

"പാരീസ് കമ്യൂൺ ഒരു കാര്യം തെളിയിച്ചു. തൊഴിൽവർഗ്ഗത്തിനു മാത്രമായി ഭരണകൂട സംവിധാനങ്ങളെ കൈകാര്യം ചെയ്യാനോ അതിന്റെ ലക്ഷ്യത്തിലെത്തിക്കാനോ കഴിയില്ല." (*കമ്യൂണിസ്റ്റു മാനിഫെസ്റ്റോ*യുടെ ജർമ്മൻ പതിപ്പിന് 1872 ൽ എഴുതിയ ആമുഖം).

സോഷ്യലിസത്തിലേക്കുള്ള പരിവർത്തനം സുസാദ്ധ്യമാകുന്നത് സമൂഹത്തിന്റെയും വ്യവസായത്തിന്റെയും ഭരണകൂടത്തിന്റെയും നടത്തിപ്പിൽ തൊഴിലാളികൾക്ക് പങ്കുണ്ടാകുമ്പോഴാണ്. ഹൃദയാലുക്കളായ മുതലാളിമാരും ബ്യൂറോക്രാറ്റുകളും ഉദ്യോഗപ്രഭുക്കളും ദയാപൂർവ്വം കൈമാറിക്കിട്ടുമ്പോഴല്ല. ലെനിന്റെ കീഴിൽ തൊഴിലാളികളെ കണക്കെഴുത്തും മറ്റും നിർവ്വഹിക്കാനായി പരുവപ്പെടുത്തി. ഇടതടവില്ലാതെ സേവനം പ്രദാനം ചെയ്യപ്പെടുന്ന രീതിയിലാണ് സോവിയറ്റ് ഭരണകൂടത്തെ വാർത്തെടുത്തത്. അവിടെ ഉദ്യോഗസ്ഥ ദുഷ്പ്രഭുത്വത്തിന്റെ പ്രത്യേക ചുമതലകൾ റദ്ദാക്കപ്പെട്ടിരുന്നു. അവരുടെ വേതനത്തിന് നിയന്ത്രണം ഏർപ്പെടുത്തി അധികാരവും പ്രത്യേക പദവിയും ഇല്ലാതാക്കി. പ്രത്യേക പരിരക്ഷകൾ എടുത്തുമാറ്റി. കുലീനവർഗ്ഗം തലപൊക്കാതിരിക്കാൻ അവർ ജാഗ്രത കാണിച്ചു.

1917 ലെ ബോൾഷെവിക് വിപ്ലവത്തെതുടർന്നു രൂപംകൊണ്ട തൊഴിലാളികളുടെ ഭരണകൂടം ബ്യൂറോക്രാറ്റിക്കോ സർവ്വാധിപത്യമോ ആയിരുന്നില്ല. സോവിയറ്റ് അധികാരത്തിൽ അടിസ്ഥാന തത്ത്വങ്ങൾ മാർക്സോ ലെനിനോ കണ്ടുപിടിച്ചതല്ല. അവ പാരീസ് കമ്യൂണിന്റെ അനുഭവത്തിൽ നിന്നും ഉരുത്തിരിഞ്ഞുവന്നതാണ്. ലെനിൻ പിന്നീടത് വിപുലമാക്കി.

> ലെനിൻ ബ്യൂറോക്രസിയുടെ കടുത്ത വിമർശകനായിരുന്നു. "പെട്ടെന്ന് കൊഴിഞ്ഞുപോകാൻ തുടങ്ങുന്നതും എന്നാലൊട്ടു കൊഴിഞ്ഞുപോകാൻ ആഗ്രഹിക്കാത്തതുമായ വിധത്തിൽ നിർമ്മിക്കപ്പെട്ട ഒരു ഭരണകൂടത്തെയാണ് തൊഴിലാളിവർഗ്ഗത്തിനാവശ്യം" എന്നാണ് ലെനിൻ പറഞ്ഞത്. തൊഴിലാളികളുടെ യഥാർത്ഥ ഭരണകൂടം എന്ന നിലയ്ക്ക് അതുപോലെയുള്ള ഒരു രാക്ഷസരൂപിയാകാൻ പാടില്ല.

ഭരണകൂടവും വിപ്ലവവും എന്ന വിഖ്യാതകൃതിയിൽ തൊഴിലാളികളുടെ ജനാധിപത്യം എപ്രകാരമായിരിക്കണം എന്ന് ലെനിൻ വ്യക്തമാക്കിയിട്ടുണ്ട്.

1. സ്വതന്ത്രവും ജനാധിപത്യപരവുമായ തെരഞ്ഞെടുപ്പ്. ഏതൊരു ഉദ്യോഗസ്ഥനെയും തിരികെ വിളിക്കാനുള്ള അവകാശം ഉണ്ടായിരിക്കണം.
2. വിദഗ്ദ്ധ തൊഴിലാളിയെക്കാൾ കൂടുതൽ ഉയർന്ന വേതനം ഒരു ഉദ്യോഗസ്ഥനും സ്വീകരിക്കരുത്.
3. സ്ഥിരമായ സൈനികരോ പൊലീസ് സേനയോ പാടില്ല. ആയുധമണിഞ്ഞ മനുഷ്യരാണാവശ്യം.
4. ക്രമേണ എല്ലാ ഭരണനിർവ്വഹണവും ക്രമമനുസരിച്ച് ആരാലും നിർവ്വഹിക്കാവുന്ന തരത്തിലുള്ളതാവണം. "ഏതൊരു പാചകക്കാരനും പ്രധാനമന്ത്രിയാകാൻ കഴിയണം. ഏതൊരുവനും തന്റെ ക്രമമനുസരിച്ച് ബ്യൂറോക്രാറ്റായാൽ ആർക്കുമൊരു ബ്യൂറോക്രാറ്റാകാൻ കഴിയുകയില്ല."

ഇതാണ് തൊഴിലാളികളാൽ നയിക്കുന്ന ഭരണകൂടത്തിന്റെ ആദ്യഘട്ടത്തിൽ, അതായത് മുതലാളിത്തത്തിൽനിന്നും സോഷ്യലിസത്തിലേക്കുള്ള പരിവർത്തനഘട്ടത്തിൽ ഉണ്ടാകേണ്ടത് എന്നാണ് ലെനിൻ പറഞ്ഞത്. ഇപ്പറഞ്ഞത് പൂർണ്ണവളർച്ചയെത്തിയ സോഷ്യലിസത്തിലോ കമ്യൂണിസത്തിലോ ബാധകമല്ല.

തൊഴിലാളികളുടെയും സൈനികരുടെയും പ്രതിനിധികളടങ്ങിയ സോവിയറ്റുകൾ (The soviets of workers and soldier's deputies) തെരഞ്ഞെടുക്കപ്പെട്ട നിയമ നിർമ്മാണ സഭകളായിരുന്നു. അത് തെരഞ്ഞെടുക്കപ്പെട്ട രാഷ്ട്രീയക്കാരോ പ്രൊഫഷണലുകളുടെയോ സഭ ആയിരുന്നില്ല. സാധാരണ തൊഴിലാളികളും കർഷകരും സൈനികരും ചേർന്ന സഭയായിരുന്നു. സമൂഹത്തിനു മുകളിൽ അധികാര സ്ഥാപനമായി നിലയുറപ്പിച്ചിരുന്ന ഒരു അന്യഗ്രഹജീവിയായിരുന്നില്ല അത്. മറിച്ച് താഴെ നിന്നും മുകളിലോട്ടുള്ള ജനകീയ മുൻകൈകളുടെ അധികാരരൂപമായിരുന്നു. മുതലാളിത്ത ഭരണകൂടാധികാരം നിർമ്മിക്കുന്ന നിയമങ്ങൾ പോലെയായിരുന്നില്ല സോവിയറ്റുകളുടെ നിയമങ്ങൾ. യൂറോപ്പോ അമേരിക്കയോപോലുള്ള വികസിത രാജ്യങ്ങളിലെ ബൂർഷ്വാ ജനാധിപത്യ വ്യവസ്ഥയിലെ ഭരണകൂട അധികാര കേന്ദ്രങ്ങളിൽനിന്നും തികച്ചും വിഭിന്നമായിരുന്നു ഇത്. 1871 ലെ പാരീസ് കമ്യൂണായിരുന്നു ഇവിടത്തെ അധികാരരൂപം.

തങ്ങൾ കീഴടക്കിയ അധികാരത്തെ നിയന്ത്രിച്ചുകൊണ്ടുപോകാൻ ആവശ്യമായ സാഹചര്യം പിന്നോക്കാവസ്ഥയാലും ദാരിദ്ര്യത്താലും നിരക്ഷരതയാലും റഷ്യൻ തൊഴിലാളികൾക്കുമുന്നിൽ ഉണ്ടായിരുന്നില്ല. റഷ്യൻ വിപ്ലവം ബ്യൂറോക്രാറ്റിക് ജീർണ്ണതയിലൂടെ കടന്നുപോയി. അതിൽനിന്നാണ് അമിതകേന്ദ്രീകരണം രൂപപ്പെട്ടത്. ബൂർഷ്വാപണ്ഡിതർ പ്രചരിപ്പിക്കുംപോലെ അമിതാധികാര കേന്ദ്രീകരണമുണ്ടായത്

ബോൾഷെവിസത്തിന്റെ ഉല്പന്നം എന്ന നിലയിലല്ല; അതിന്റെ കടുത്ത ശത്രുവിൽ നിന്നാണ്.

നാം സാധാരണയായി മനസ്സിലാക്കുന്നതുപോലെയായിരുന്നില്ല സോവിയറ്റ് യൂണിയന്റെ ആദ്യനാളുകൾ. തൊഴിലാളിവർഗ്ഗത്തിന്റെ വിപ്ലാവാത്മകതയുടെ പ്രകടിതരൂപമായിരുന്നു അത്. മാർക്സിന്റെ വാക്കുകളിൽ പറഞ്ഞാൽ അതൊരു 'അർദ്ധഭരണകൂട'മായിരുന്നു. ക്രമേണ കൊഴിഞ്ഞു പോകുവാനും എല്ലാരുടെയും നന്മയ്ക്കായി ബലപ്രയോഗ ലേശമെന്യേ നിർവ്വഹിക്കപ്പെടുന്ന ഒരു ഭരണക്രമത്തിൽ അലിഞ്ഞില്ലാതാവാനുമായി നിർമ്മിക്കപ്പെട്ടതായിരുന്നു ആ ഭരണകൂടം. അതാണ്, അതു മാത്രമാണ് മാർക്സിസ്റ്റ് കാഴ്ചപ്പാടനുസരിച്ചുള്ള തൊഴിലാളിവർഗ്ഗ ഭരണകൂടം.

ബൂർഷ്വാസിയുടെ ഉദയം

വിപ്ലവം ചരിത്രത്തിന്റെ ചാലകശക്തിയാണ്. ഇറ്റലിയിലും ഹോള ണ്ടിലും ഇംഗ്ലണ്ടിലും പില്ക്കാല ഫ്രാൻസിലും ഉദയം ചെയ്ത മുതലാ ളിത്തത്തെ പിൻപറ്റി അസാമാന്യമാംവിധത്തിലുള്ള സാംസ്കാരിക ഉണർവ്വും കലാസാഹിത്യങ്ങളിലും ശാസ്ത്രത്തിലും ഉണ്ടായ വളർച്ചയും കേവല യാദൃച്ഛികതകളല്ല. ആ നാടുകളിലാണ് 17 ഉം 18 ഉം നൂറ്റാണ്ടുക ളിലെ ബൂർഷ്വാവിപ്ലവം വിജയക്കൊടി നാട്ടിയത്.

പള്ളിയുടെ പ്രത്യയശാസ്ത്രം അധീശത്തം പുലർത്തിയിരുന്നിടത്ത് ഉല്പാദന ശക്തികളുടെയും ശാസ്ത്ര സാങ്കേതികവിദ്യകളുടെയും വളർച്ചയെ തുടർന്ന് ഉത്ഭൂതമായ ശാസ്ത്രം ഇവിടങ്ങളിൽ മേൽക്കൈ നേടി.

നേരെമറിച്ച് പുതിയ സമൂഹത്തിന്റെ ശിശുവിനെ ഗർഭപാത്രത്തിൽവ ച്ചുതന്നെ ഞെരിച്ചുകൊന്ന ഫ്യൂഡൽ കത്തോലിക്കൻ ശക്തികൾക്ക് അധീശത്തമുണ്ടായിരുന്ന രാജ്യങ്ങൾ അധഃപതനത്തിന്റെയും തകർച്ച യുടെയും ജീർണ്ണതയുടെയും ദുഃസ്വപ്നങ്ങളിലൂടെ ദീർഘകാലം സഞ്ച രിക്കേണ്ടിവന്നു. ഇക്കാര്യത്തിൽ കൃത്യമായ ഉദാഹരണം സ്പെയിനാണ്.

മുതലാളിത്തത്തിന്റെ വളർച്ചയുടെ ഘട്ടത്തിൽ അത് ചരിത്രത്തിലെ പുരോഗമന ശക്തിയായിരുന്നു. ആദ്യകാല ബൂർഷ്വാ പ്രത്യയശാസ്ത്ര കാരന്മാർക്ക് ഫ്യൂഡൽ ശക്തികളുമായും കത്തോലിക്ക പള്ളിയുമായി കടുത്ത പോരാട്ടങ്ങൾ നടത്തേണ്ടിവന്നു. ഫ്യൂഡൽ പ്രഭുക്കളെ അധി കാരഭ്രഷ്ടരാക്കുന്നതിനുമുമ്പ് അന്നത്തെ ഏറ്റവും പുരോഗമനശക്തിയായ ബൂർഷ്വാസിക്ക് പള്ളിക്കുചുറ്റും പടുത്തുയർത്തപ്പെട്ട അതിന്റെ പ്രത്യയ ശാസ്ത്രകോട്ടകളെയും മതനിന്ദയുടെ പേരിലുള്ള ക്രൂരമായ ശിക്ഷാ നട പടികളേയും തകർക്കേണ്ടിയിരുന്നു. നെതർലാന്റ്സിലും വടക്കൻ ഇറ്റ

ലിയിലെ നഗരങ്ങളിലുമാണ് മുതലാളിത്തം ഉയർന്നുവന്നത്. അതിനെ തുടർന്ന് പുത്തൻ മനോഭാവങ്ങൾ വന്നു. അതു ക്രമേണ ധാർമ്മിക മൂല്യങ്ങളും സദാചാര സംഹിതകളും പുതിയ വിശ്വാസങ്ങളുമായി പരിണമിച്ചു. ഫ്യൂഡലിസത്തിനുകീഴിൽ സാമ്പത്തിക ശക്തി ഭൂ ഉടമസ്ഥതയിലൂടെയാണ് പ്രകടിതമാക്കിയിരുന്നത്. പണത്തിന് രണ്ടാം സ്ഥാനമേ ഉണ്ടായിരുന്നുള്ളൂ. എന്നാൽ ഉല്പാദനത്തിന്റെയും വാണിജ്യത്തിന്റെയും കമ്പോള ബന്ധങ്ങൾ പണത്തെ മഹത്തായ ശക്തിയാക്കി. ഫുഗ്ഗേഴ്സിനെ(Fuggers)പ്പോലുള്ള വലിയ ബാങ്കിങ് കുടുംബങ്ങൾക്ക് രാജാവിനെപ്പോലും വെല്ലുവിളിക്കാനുള്ള ശക്തിയുണ്ടായിരുന്നു.

16, 17 നൂറ്റാണ്ടുകളിലെ മതയുദ്ധങ്ങൾ യഥാർത്ഥത്തിൽ ആഴത്തിലുള്ള വർഗ്ഗഭിന്നതകളുടെ ബാഹ്യരൂപങ്ങൾ മാത്രമായിരുന്നു. ഈ പോരാട്ടങ്ങളിലൂടെ ബൂർഷ്വാസിയും പുത്തൻ ഉല്പാദനബന്ധങ്ങളും ഉടലെടുത്തു. എന്നാൽ ഈ പോരാട്ടങ്ങളിലേർപ്പെട്ട നേതാക്കൾക്ക് അതെപ്പറ്റി മുൻകൂട്ടിയുള്ള അറിവുണ്ടായിരുന്നില്ല.

1640–60 ലെ ഇംഗ്ലീഷ് വിപ്ലവം മഹത്തായൊരു സാമൂഹ്യ പരിവർത്തനമായിരുന്നു. അവിടെ പൊട്ടിപ്പുറപ്പെട്ട ആഭ്യന്തര യുദ്ധം വർഗ്ഗസമരമായിരുന്നു. അത് പഴയ ഫ്യൂഡൽ വ്യവസ്ഥിതിയെ തച്ചുതകർത്ത് മുതലാളിത്ത സാമൂഹ്യക്രമത്തെ സ്ഥാപിച്ചു. ചാൾസ് ഒന്നാമനും അദ്ദേഹത്തിനു ചുറ്റും നിലകൊണ്ട പിന്തിരിപ്പൻ ഫ്യൂഡൽ ശക്തികൾക്കും അവരുടെ സ്വേച്ഛാധിപത്യത്തിനും അത് അറുതിവരുത്തി. പാർലമെന്റ് നഗരങ്ങളിലേയും നാട്ടിൻപുറങ്ങളിലെയും പുതിയ ഇടത്തരക്കാരെ പ്രതിനിധാനം ചെയ്തു. അവർ പഴയ ഭരണകൂടത്തെ പരാജയപ്പെടുത്തി, രാജാവിന്റെ തലകൊയ്തു. ഈ പ്രക്രിയകൾക്കിടയിൽ പ്രഭുസഭയെ നിരോധിച്ചു.

വസ്തുനിഷ്ഠമായി പരിശോധിച്ചാൽ ഒലിവർ ക്രോംവെൽ ഇംഗ്ലണ്ടിൽ ബൂർഷ്വാ വാഴ്ചയുടെ അടിത്തറ പാകുകയായിരുന്നു. ഇതിനായി എല്ലാ ഫ്യൂഡൽ രാജാധികാരവൃത്തികേടുകളെയും ശുദ്ധീകരിക്കേണ്ടിവന്നു. ഭീരുക്കളായ ബൂർഷ്വാസിയെ തൂത്തുമാറ്റാൻ അദ്ദേഹം ബാദ്ധ്യതപ്പെട്ടിരുന്നു. അതിനായി അദ്ദേഹം ബൂർഷ്വാ പാർലമെന്റ് പിരിച്ചുവിട്ടു. അദ്ദേഹം താൻ അംഗമായ കിഴക്കൻ ആംഗ്ലിയയിലെ ചെറുകിട കർഷകരടങ്ങുന്ന ഇടത്തരം വർഗ്ഗക്കാർക്കും നഗരങ്ങളിലെയും നാട്ടിൻപുറങ്ങളിലെയും അർദ്ധതൊഴിലാളി വർഗ്ഗങ്ങൾക്കൊപ്പം ചേർന്നു.

വിപ്ലവസേനയുടെ തലവനെന്ന നിലയിൽ ക്രോംവെൽ ബഹുജനങ്ങളുടെ സമരവീര്യത്തെ ഉയർത്തിനിർത്തി. അതിനായി അദ്ദേഹം *ബൈബിളി*നെയും സന്ന്യാസിമാരെയും ഭൂമിയിൽ ദൈവരാജ്യം സ്ഥാപിക്കുന്നതിനെയും ഉയർത്തിപ്പിടിച്ചു. കരത്തിനോ പലിശയ്ക്കോ ലാഭത്തിനോ എതിരായ മുദ്രാവാക്യങ്ങളല്ല ആ പോരാളികൾ ഉയർത്തിയത്, മതഗീതങ്ങളായിരുന്നു. മതപ്രബോധനത്തിന്റെ ആത്മാവിനൊപ്പം നിറയ്ക്കപ്പെട്ട വിപ്ലവാത്മകത (ചിലപ്പോഴെല്ലാം കമ്യൂണിസ്റ്റു സ്വഭാവം കൈവന്ന)യും ഉൾച്ചേർന്ന ശക്തിയാണ് ഉത്സാഹത്തോടെയും അസാമാന്യ

ധൈര്യത്തോടെയും കനോനിയൻ ആരാധനാ മൂർത്തിയായ ബാലിന്റെ ഉപാസകർക്കെതിരെ പോരാടാനുള്ള ധൈര്യം പകർന്നത്.

എന്നാൽ അധികാരം കൈയാളേണ്ടിവന്നപ്പോൾ ക്രോംവെല്ലിന് ചരിത്രവും ആ കാലഘട്ടത്തിലെ ഉല്പാദനശക്തികളും തീർത്ത വസ്തുനിഷ്ഠപരിമിതികളെ മറികടക്കാനായില്ല. ഇടതുപക്ഷത്തിനുനേരെ തിരിയാൻ അദ്ദേഹം നിർബ്ബന്ധിതനായി. സമത്വത്തിനായി നിലകൊണ്ട വിഭാഗങ്ങളെ (Levellers) അടിച്ചമർത്താനും ബൂർഷ്വാസിക്കനുകൂല നിലപാടെടുക്കാനും ക്രോംവെൽ തയ്യാറായി. അദ്ദേഹം മുതലാളിത്ത ഭൂബന്ധങ്ങൾ തിരികെകൊണ്ടുവന്നു. ക്രോംവെൽ പാർലമെന്ററി പിരിച്ചുവിട്ട് മരണം വരെ ഏകാധിപതിയായി ഭരിച്ചു. ഭൂമിക്കുമേലുള്ള അധികാരം മറ്റൊരു വിപ്ലവംവഴി നഷ്ടപ്പെട്ടേക്കുമെന്നു ഭയപ്പെട്ട ഇംഗ്ലീഷ് ബൂർഷ്വാസി രാജവാഴ്ചയ്ക്കു കീഴിൽ ഒതുങ്ങിക്കൂടി.

1789 – 93 ലെ ഫ്രഞ്ചുവിപ്ലവം കുറേക്കൂടി ഉയർന്ന തലത്തിലുള്ളതായിരുന്നു. മതത്തിനു പകരം ജാക്കോബിനുകൾ യുക്തിയെ സ്ഥാപിച്ചു. അവർ സ്വാതന്ത്ര്യം, സമത്വം, സാഹോദര്യം എന്നീ മുദ്രാവാക്യങ്ങളാണ് അർദ്ധ തൊഴിലാളി വർഗ്ഗങ്ങളെയും ബഹുജനങ്ങളെയും ഫ്യൂഡൽ കുലീനന്മാർക്കും രാജാധികാരത്തിനും എതിരെ ഉയർത്തിയത്. ബാസ്റ്റിലികൊട്ടാരത്തിന്റെ ചുവരുകൾ ഇടിക്കുന്നതിനുമുമ്പ് അവർ പള്ളിയുടെയും മതത്തിന്റെയും അദൃശ്യ മതിൽക്കെട്ടുകൾ തകർത്തു. എന്നാൽ ഫ്രഞ്ച് ബൂർഷ്വാസി ഭരണവർഗ്ഗമായി വിപ്ലവവർഗ്ഗമായി തൊഴിലാളികളെ നേരിടേണ്ടിവന്നപ്പോൾ അവർ വളരെ വേഗം യുക്തിചിന്തയും യുവാക്കളിൽ രൂഢമൂലമായിക്കൊണ്ടിരുന്ന നിരീശ്വരവാദത്തെയും കൈവെടിഞ്ഞു.

റോബസ്പിയർ (Robespierre) വീണപ്പോൾ വസ്തു ഉടമകളായ വിജയികൾ സുസ്ഥിരത കാംക്ഷിച്ചു. അതിനുള്ള സൂത്രവാക്യവും യാഥാസ്ഥിതിക പ്രത്യയശാസ്ത്രവും അന്വേഷിച്ചിറങ്ങിയ അക്കൂട്ടർ ഒടുവിൽ ഹോളിമാതാ ചർച്ചിൽ മഹത്ത്വം കണ്ടു. ആ സാഹചര്യം കൗശലപൂർവ്വം ഉപയോഗിച്ച പള്ളി എല്ലാ സാമൂഹ്യമാറ്റങ്ങളെയും മറികടന്ന് സുസ്ഥിരമായി നിലകൊണ്ടു. കത്തോലിക്കാ പള്ളി അതിന്റെ സംരക്ഷകനെയും യജമാനനെയും സ്വാഗതം ചെയ്തു. വൻകിട മൂലധനത്തെ പവിത്രവല്ക്കരിച്ചു. മുൻകാലങ്ങളിൽ ഫ്യൂഡൽ ശക്തികളെയും റോമാ സാമ്രാജ്യത്തിലെ അടിമയുടമകളെയും പവിത്രവല്ക്കരിച്ച പോലെതന്നെ.

മാർക്സിസത്തിന്റെ വക്രീകരണം

***എ**ന്താണ് ചരിത്രം* എന്ന സുപ്രധാന ഗ്രന്ഥത്തിൽ ഇംഗ്ലീഷ് ചരിത്രകാരനായ ഇ എച്ച് കാർ ഇങ്ങനെ എഴുതി:

> ചരിത്രവസ്തുതകൾ എപ്പോഴും രേഖപ്പെടുത്തുന്നവന്റെ മനസ്സിൽവച്ച് മാർഗ്ഗഭ്രംശത്തിന് വിധേയമാവും. അതിനാൽ ചരിത്രവസ്തുതകൾ പഠനവിധേയമാക്കും മുമ്പ് ചരിത്രകാരനെ പഠിക്കണം.

അതിനർത്ഥം എഴുത്തുകാരനും വായനക്കാരനും ജീവിക്കുന്ന കാലഘട്ടത്തിലെ രാഷ്ട്രീയമോ മറ്റേതെങ്കിലുമോ കാഴ്ചപ്പാടിലൂടെയോ മാത്രമേ ചരിത്രരചന സാദ്ധ്യമാവൂ എന്നാണ്. വിജയികളാണ് ചരിത്രം രചിക്കുന്നതെന്ന് നാം പലപ്പോഴും പറയാറുണ്ട്. മറ്റൊരു രീതിയിൽ പറഞ്ഞാൽ ചരിത്രസംഭവങ്ങളുടെ തെരഞ്ഞെടുക്കലും വ്യാഖ്യാനവും ഈ ഭിന്നതയുടെ ഫലത്തെയും അത് ചരിത്രകാരൻ എങ്ങനെ സ്വാംശീകരിച്ചുവെന്നതിനെയും വായനക്കാരന് എന്തു പകർന്നു നല്കണമെന്ന അയാളുടെ ചിന്തയേയും ആശ്രയിച്ചാണിരിക്കുന്നത്. ബൂർഷ്വാ ചരിത്രകാരന്മാർ വസ്തുനിഷ്ഠത അവകാശപ്പെടുമെങ്കിലും അവരുടെ ചരിത്ര രചനയിൽ അവരുടെ വർഗ്ഗവീക്ഷണം തീർച്ചയായും പ്രതിഫലിക്കും. അത്തരമൊരു വീക്ഷണം സ്വീകരിക്കാതിരിക്കാൻ ആവില്ല. മറിച്ചുള്ള അവകാശവാദം വായനക്കാരനെ പറ്റിക്കാനാണ്.

മാർക്സിസ്റ്റുകാർ ചരിത്രത്തെ സമീപിക്കുന്നത് നിഷ്പക്ഷമായല്ല അവർ തൊഴിലാളിവർഗ്ഗ താല്പര്യവും സോഷ്യലിസത്തോടു കൂറും മറച്ചുപിടിക്കില്ല. എന്നുവച്ച് അത് ഒരിക്കലും ശാസ്ത്രീയതയെയും വസ്തുനിഷ്ഠതയെയും തടസ്സപ്പെടുത്തുകയുമില്ല. സങ്കീർണ്ണമായ ഒരു ശസ്ത്രക്രിയ ചെയ്യുന്ന ഭിഷഗ്വരൻ രോഗിയുടെ ജീവൻ സംരക്ഷിക്കാൻ പ്രതി

ജ്ഞാബദ്ധമായിരിക്കുമല്ലോ? ഓപ്പറേഷന്റെ അനന്തരഫലത്തെപ്പറ്റി അയാൾക്ക് നിഷ്പക്ഷത പാലിക്കാനാവില്ലല്ലോ. അതുകൊണ്ടുതന്നെ ശരീരഘടനയുടെ സവിശേഷതകളെ അദ്ദേഹം സൂക്ഷ്തയോടെ കൈകാര്യം ചെയ്യും. അതുപോലെത്തന്നെ സാമൂഹ്യപ്രക്രിയയുടെ വിശകലനം വളരെ സൂക്ഷ്മതയോടെ മാത്രമേ മാർക്സിസ്റ്റുകാർ കൈകാര്യം ചെയ്യുകയുള്ളൂ. ഇവിടെ നമ്മൾ വസ്തുതകളെ ഒന്നിനുപുറമെ ഒന്ന് എന്ന രീതിയിലല്ല പൊതു പ്രവണതകൾ എന്ന രീതിയിലാണ് വിശകലനം ചെയ്യുന്നത്.

ഇതിൽനിന്നും നാമെന്താണ് മനസ്സിലാക്കുന്നത്? തുടർച്ചയായി വരുന്ന സമൂഹങ്ങൾക്കുള്ളിൽ നടക്കുന്ന വർഗ്ഗസമരങ്ങളാണ് ചരിത്രത്തെ നിശ്ചയിക്കുന്നത്. വിവിധ വർഗ്ഗങ്ങൾ തമ്മിൽ നടക്കുന്ന സമരത്തിൽ ഓരോ വർഗ്ഗവും തങ്ങളുടെ താല്പര്യത്തിന് അനുസരിച്ചുള്ള സമൂഹം നിർമ്മിക്കാനാവും ശ്രമിക്കുക.

മാർക്സിസത്തിന്റെ ചരിത്രപരമായ വിശകലനരീതിയെ വക്രീകരിക്കാൻ എപ്പോഴും ശ്രമങ്ങൾ നടക്കുന്നുണ്ട്. വൈക്കോൽ കൊണ്ടു നിർമ്മിക്കുന്ന പൊയ് മനുഷ്യനെ ഇടിച്ചിടുവാൻ എളുപ്പമാണല്ലോ! മാർക്സും എംഗൽസും എല്ലാത്തിനെയും സാമ്പത്തിക വിഷയങ്ങളിലേക്കു ചുരുക്കിക്കണ്ടു എന്നതാണ് ഒന്നാമത്തെ വക്രീകരണം. മാർക്സും എംഗൽസും തങ്ങളുടെ ജീവിതകാലത്തുതന്നെ ഇതിനു പലവട്ടം മറുപടി നല്കിയിട്ടുണ്ട്. ബ്ലോച്ചിന് എംഗൽസ് നല്കിയ കത്തിലൂടെയുള്ള മറുപടിയിൽ ഇങ്ങനെ കാണുന്നു:

> ചരിത്രത്തിന്റെ ഭൗതികവാദപരമായ വീക്ഷണമനുസരിച്ച് ജീവിതത്തിലെ ഉല്പാദനവും പുനരുല്പാദനവുമാണ് ചരിത്രത്തിന്റെ നിയാമകഘടകം. ഞാനോ മാർക്സോ ഇതിൽ കൂടുതലായൊന്നും ഊന്നിപ്പറഞ്ഞിട്ടില്ല. ആരെങ്കിലും അതിനെ വളച്ചൊടിച്ച് സാമ്പത്തിക ഘടകം മാത്രമാണ് നിയാമകമെന്നു പറഞ്ഞാൽ ഞങ്ങൾ പറഞ്ഞതിനെ അർത്ഥരഹിതമായ വാക്കുകളാക്കുക എന്നാണർത്ഥം.

ചരിത്രപരമായ ഭൗതികവാദത്തിന് വിധിവാദവുമായി ഒരു ബന്ധവുമില്ല. ചരിത്രത്തിന്റെ കൈകളിലെ കേവല കളിപ്പാവകളല്ല മനുഷ്യർ. എന്നാൽ തങ്ങളുടെ ഭാഗധേയത്വം നിർണ്ണയിക്കാൻ കഴിയുംവിധം സ്വതന്ത്രരുമല്ല അവർ. സാമ്പത്തിക വികാസവും ശാസ്ത്രവും സാങ്കേതികവിദ്യകളും നിർണ്ണയിക്കുന്ന സാഹചര്യങ്ങൾക്കു വിധേയമായേ അവർക്കു പ്രവർത്തിക്കാനാകൂ. ഒരു സാമൂഹ്യ-സാമ്പത്തിക വ്യവസ്ഥിതി നിലനില്ക്കാത്തതാണോ അല്ലയോ എന്നു നിശ്ചയിക്കുന്നതും ഈ ഘടകങ്ങളാണ്.

എംഗൽസിന്റെ വാക്കുകളിൽ:

> അതിന്റെ ഫലം എന്തുതന്നെയായാലും മനുഷ്യനാണ് അവന്റെ ചരിത്രം സൃഷ്ടിക്കുന്നത്. അതിനുള്ളിൽ ഓരോ മനുഷ്യനും ബോധപൂർവ്വം അവന്റെ ലക്ഷ്യമായിരിക്കും പിന്തുടരുന്നത്. വ്യത്യസ്ത ദിശകളിലേക്ക് നീങ്ങുന്ന വിവിധ താല്പര്യങ്ങളും അവരുടെ പല മടങ്ങുള്ള പരിശ്രമങ്ങളും ലോകത്തിൽ സൃഷ്ടിക്കുന്ന ചലനങ്ങളാണ് ചരിത്രം നിർമ്മിക്കുന്നത്. (Ludwig Feuerbach)

ചരിത്രപരമായ ഭൗതികവാദവീക്ഷണത്തെ ഉപരിപ്ലവമായി വ്യാഖ്യാനിച്ചതിനെ മാർക്സും എംഗൽസും രൂക്ഷമായി വിമർശിച്ചിട്ടുണ്ട്. കോൺറാഡ് ഷിമിറ്റിന് (Conrad Schmidt) 1890 ആഗസ്ത് 5 ന് എഴുതിയ കത്തിൽ എംഗൽസ് ഇങ്ങനെ പറയുന്നു:

> ഭൗതികവാദപരമെന്ന വാക്കിൽ യാതൊരുപഠനവും കൂടാതെ എന്തും കുത്തിനിറയ്ക്കാമെന്നാണ് ജർമ്മനിയിലെ ചില യുവ എഴുത്തുകാർ കരുതുന്നത്. അവരുടെ ആശയങ്ങൾക്കുമേൽ അവർ ഭൗതികവാദപരമെന്ന ലേബൽ ഒട്ടിക്കുകയാണ്. ചരിത്രത്തെപ്പറ്റിയുള്ള ഞങ്ങളുടെ ആശയം പഠനത്തിനുള്ള ഒരു മാർഗ്ഗനിർദ്ദേശമാണ്. ഹെഗേലിയൻ വീക്ഷണമനുസരിച്ച് ചരിത്രം നിർമ്മിക്കാനുള്ള ഉപകരണമല്ല അത്. ഓരോ ചരിത്രത്തെയും പുതുതായി പഠിക്കണം. രാഷ്ട്രീയവും നിയമപരവും സൗന്ദര്യശാസ്ത്രപരവും തത്ത്വശാസ്ത്രപരവും മതപരവുമായി സമൂഹത്തെ ന്യൂനീകരിച്ചു കാണുന്നതിനുമുമ്പ് വിവിധ സമൂഹങ്ങൾ നിലനില്ക്കുന്ന സാഹചര്യങ്ങളെപ്പറ്റി പരിശോധിക്കണം. വളരെ കുറച്ചുപേർ മാത്രമേ ഇക്കാര്യം ഗൗരവത്തിലെടുത്തിട്ടുള്ളൂ എന്നതിനാൽ ആ രീതിയിലുള്ള പഠനങ്ങൾ കാര്യമായി നടന്നിട്ടില്ല. ഈ പഠനത്തിന് ആവശ്യമായ വസ്തുതകൾ ധാരാളമായി ലഭ്യമാണ്. ഗൗരവമായ പഠനങ്ങൾക്കു തയ്യാറായാൽ ഏറെ നേടാനാവും. മറ്റുള്ളവരിൽനിന്നും വേറിട്ടു നില്ക്കാനുമാവും. എന്നാൽ പല ജർമ്മൻ യുവാക്കളും ചരിത്രപരമായ ഭൗതികവാദം എന്ന പദം തങ്ങളുടെ ചരിത്രത്തെപ്പറ്റിയുള്ള പരിമിതമായ അറിവിനെ മറച്ചുപിടിക്കാനായി എടുത്തുപയോഗിച്ചു കാണുന്നു. സാമ്പത്തിക ചരിത്രം ഇനിയും അതിന്റെ ബാലാരിഷ്ടതകൾ പിന്നിട്ടിട്ടില്ല. എന്നിട്ടും അവർ എന്തോ വലിയ കാര്യങ്ങൾ ചെയ്യുന്നതായി ഭാവിക്കുന്നു. അവർ കാര്യങ്ങൾ പഠിച്ചുവരട്ടെ. എന്നിട്ടാവാം അവരുടെ കൂട്ടരുടെയിടയിൽ വെറുമൊരു വാക്കു മാത്രമായ 'ചരിത്രപരമായ ഭൗതിക വാദത്തെ' ആക്രമിക്കുവാൻ.

കോൺറായ് ഷിമിറ്റിന് (Conrad Schmidt) എഴുതിയ മറ്റൊരു കത്തിൽ എംഗൽസ് ഇങ്ങനെ എഴുതി.

> ഈ മാന്യന്മാർക്കില്ലാതെ പോയത് വൈരുദ്ധ്യാത്മക ചിന്തയാണ്. അവർ കാരണങ്ങൾക്കും അനന്തര ഫലങ്ങൾക്കുമപ്പുറം ഒന്നും കാണുന്നില്ല. അതൊരു പൊള്ളയായ ചുരുക്കിക്കാണലാണ്. അതിഭൗതികവാദപരമായ വിരുദ്ധതലങ്ങൾ യഥാർത്ഥ ലോകത്തിൽ പ്രതിസന്ധി ഘട്ടത്തിൽമാത്രമേ നിലനില്ക്കൂ എന്നും മറ്റ് വിശാല പ്രക്രിയകൾ (അതായത് അസമമായ ശക്തികളിൽ ഏറ്റവും ശക്തമായത് സാമ്പത്തിക ഘടകമായതിനാൽ അതായിരിക്കും നിർണ്ണായകഘടകം) ആശയവിനിമയങ്ങളിലൂടെയാണ് നിലനില്ക്കുന്നതെന്നും എല്ലാം ആപേക്ഷികമാണെന്നും ഒന്നും അന്തിമമല്ലെന്നും അവർ കാണുന്നില്ല. അവരെ സംബന്ധിച്ചിടത്തോളം ഹെഗൽ എന്നൊരാൾ നിലനില്ക്കുന്നേയില്ല. (മാർക്സ് എംഗൽസ് തെരഞ്ഞെടുത്ത കൃതികൾ, വാല്യം 49, പുറം 59)

മാർക്സിസം ആശയങ്ങളെ നിരാകരിക്കുന്നില്ല. എന്നാൽ ആശയങ്ങൾ ഉരുവം കൊണ്ട സാഹചര്യത്തെയാണത് പരിശോധിക്കുന്നത്. അതുപോലെ വ്യക്തികളുടെ പങ്കും മാർക്സിസം നിഷേധിക്കുന്നില്ല. എന്നാൽ അവരെ ശരിയായ സാഹചര്യത്തിൽ നിലനിർത്തുകയാണ് ചെയ്യുന്നത്. ഒരു കാറപകടത്തിനോ വെടിയുണ്ടയ്ക്കോ തീർച്ചയായും ചരിത്രഗതിയെ മാറ്റാനായേക്കും. എന്നാൽ അതല്ല ചരിത്രത്തിന്റെ ചാലകശക്തി.

അവസരങ്ങളിലൂടെയാണ് ആവശ്യം വെളിപ്പെടുത്തുന്നതെന്ന് ഹെഗൽ വിശദീകരിച്ചിട്ടുണ്ട്. സരയാവോയിലെ ആർച്ച് ഡ്യൂക്ക് (Archduk Ferdinad is Sarajevo) വെടിവച്ചു കൊല്ലപ്പെട്ടത് ചരിത്രപരമായ അപകടമാണ്. അതെത്തുടർന്നാണ് സാമ്പത്തികവും രാഷ്ട്രീയവും സൈനികവുമായ വൈരുദ്ധ്യങ്ങൾ നിലനിന്നിരുന്ന യൂറോപ്പിലെ വൻശക്തികൾ ഒരു തുറന്ന യുദ്ധത്തിലേക്കു നീങ്ങിയത്.

മാർക്സിസ്റ്റ് തത്ത്വശാസ്ത്രം

നമുക്കിനി മാർക്സിസ്റ്റ് തത്ത്വശാസ്ത്രത്തിന്റെ കേന്ദ്ര പ്രശ്നത്തിലേക്കു കടക്കാം. മാർക്സിന്റെയോ എംഗൽസിന്റെയോ രചനകളിൽ ഹെഗലിന്റെ രചനകളിൽ കാണുന്നതുപോലെ ഒരു തത്ത്വശാസ്ത്ര വ്യവസ്ഥ കാണാനാകില്ല. എന്നാൽ സമർത്ഥവും ഉൾക്കാഴ്ച പകരുന്നതുമായ സൂചനകൾ അതിൽ കാണാം. അതെല്ലാം വികസിപ്പിച്ചെടുത്തിരുന്നുവെങ്കിൽ ശാസ്ത്രീയ നിരീക്ഷണങ്ങൾക്കുള്ള ശക്തമായ രീതിശാസ്ത്രമായി അതു പരിണമിച്ചേനെ. ദൗർഭാഗ്യവശാൽ അത്തരമൊരു പരിശ്രമവും ആരും ഗൗരവതരമായി ഏറ്റെടുത്തില്ല.

വൈരുദ്ധ്യാത്മക ഭൗതികവാദം ഗൗരവതരമായി പഠിക്കാൻ മുതിരുന്ന ഒരാളിന് ഏറെ വൈഷമ്യങ്ങൾ നേരിടേണ്ടിവരും. മാർക്സിന്റേതോ എംഗൽസിന്റേതോ ആയ ഏതെങ്കിലും ഒരു സമഗ്രരചന ഈ വിഷയത്തിൽ ഇല്ല. എന്നാൽ വൈരുദ്ധ്യാത്മക രീതിശാസ്ത്രം മാർക്സിന്റെ എല്ലാ രചനകളിലും ദർശിക്കാം. ഒരുപക്ഷേ, വൈരുദ്ധ്യാത്മകവാദം ഏതെങ്കിലും ഒരു മേഖലയിൽ (അർത്ഥശാസ്ത്രത്തിൽ) പ്രയോഗിച്ചതിന്റെ ഉത്തമ ഉദാഹരണമാണ് മൂന്ന് വാല്യങ്ങളുള്ള *മൂലധനം* എന്ന ഗ്രന്ഥം.

വൈരുദ്ധ്യാധിഷ്ഠിത ഭൗതികവാദത്തെക്കുറിച്ച് ഒരു ഗ്രന്ഥം രചിക്കാൻ മാർക്സ് ഏറെ ആഗ്രഹിച്ചിരുന്നു. എന്നാൽ *മൂലധന*ത്തിന്റെ രചനയിൽ മുഴുകിയതിനാൽ അതിനു കഴിഞ്ഞില്ല. ഇതിനിടയിൽ മാർക്സ് നിരവധി രാഷ്ട്രീയ രചനകൾ നടത്തുകയും തൊഴിലാളി പ്രസ്ഥാനങ്ങളിൽ സജീവമായി ഇടപെടുകയും ചെയ്തു. പ്രത്യേകിച്ച് ഇന്റർനാഷണൽ വർക്കിങ് മെൻസ് അസോസിയേഷന്റെ (ഒന്നാം ഇന്റർനാഷണൽ) രൂപീകരണത്തിനും അദ്ദേഹത്തിന്റെ വിലപ്പെട്ട സമയം ഏറെയും ഇതിനായി ചെലവഴിച്ചു. ഈ പ്രവർത്തനം തന്നെ അസുഖം മൂലം പലപ്പോഴും

തടസ്സപ്പെട്ടു. അനാരോഗ്യവും പോഷകക്കുറവും അദ്ദേഹത്തിന്റെ പരിതാപകരമായ ജീവിത സാഹചര്യങ്ങളുടെ പ്രതിഫലനമായിരുന്നു.

മാർക്സിന്റെ മരണശേഷം എംഗൽസ് തന്റെ സുഹൃത്തിനു എഴുതാനാകാതെപോയ തത്ത്വശാസ്ത്രത്തെപ്പറ്റിയുള്ള ഒരു പുസ്തകം എഴുതാൻ പദ്ധതിയിട്ടു. *ലുഡ്വിഗ് ഫെയർബാഗും ക്ലാസിക്കൽ ജർമ്മൻ തത്ത്വശാസ്ത്രത്തിന്റെ അന്ത്യവും, ആന്റി ഡ്യൂറിങ്, പ്രകൃതിയുടെ വൈരുദ്ധ്യാത്മകത* തുടങ്ങിയ അമൂല്യ ഗ്രന്ഥങ്ങൾ എംഗൽസ് നമുക്ക് നല്കി. എന്നാൽ മാർക്സിസ്റ്റ് തത്ത്വശാസ്ത്രത്തെപ്പറ്റിയുള്ള ഒരു പ്രത്യേക പുസ്തകം എഴുതാൻ പല കാരണങ്ങളാൽ എംഗൽസിനു കഴിഞ്ഞില്ല.

ജർമ്മൻ സോഷ്യൽ ഡെമോക്രാറ്റിക് പാർട്ടിക്കുള്ളിൽ അവസരവാദപ്രവണതകൾ രൂപപ്പെടുമ്പോൾ ശാസ്ത്രീയഗവേഷണങ്ങളിൽനിന്നും എംഗൽസിന്റെ ശ്രദ്ധ അവസരവാദത്തിനെതിരായ വാദപ്രതിവാദങ്ങളിലേക്കും തിരിക്കേണ്ടിവന്നു. അതിൽ നിന്നാണ് മാർക്സിസത്തിലെ ക്ലാസിക് കൃതികളിൽ പ്രമുഖമായ *ആന്റി ഡ്യൂറിങ്* നമുക്കു ലഭിച്ചത്.

മാക്സും ഹെഗലും

ജർമ്മൻ ആശയവാദിയായ ഗ്യേർഗ് ഹെഗലിന്റെ തത്ത്വശാസ്ത്രത്തിലാണ് വൈരുദ്ധ്യവാദം അതിന്റെ ഏറ്റവും വലിയ ഔന്നത്യത്തിൽ എത്തിയത്. ഗ്രീക്കുകാർ കണ്ടെത്തിയ വൈരുദ്ധ്യവാദത്തിന് പുനർജ്ജീവൻ നല്കി പുനരവതരിപ്പിച്ചത് ഹെഗലായിരുന്നു. അതിനെ ഹെഗൽ പുതിയ ഔന്നത്യത്തിലേക്ക് എത്തിച്ചു. എന്നാൽ അദ്ദേഹമത് നിർവ്വഹിച്ചത് ആശയവാദത്തിന്റെ അടിസ്ഥാനത്തിലാണ്. എംഗൽസിന്റെ വാക്കുകളിൽ പറഞ്ഞാൽ ചരിത്രത്തിലെ ഏറ്റവും വലിയ അലസിപ്പോകലായിരുന്നു അത്. ഹെഗലിനെ വായിക്കുമ്പോൾ ഒരാൾക്കു കാണാൻ കഴിയുക ആശയവാദ നിഗൂഢതകളിൽനിന്നും രക്ഷപ്പെടാൻ ശ്രമിക്കുന്ന മഹത്തായ ഒരു ആശയത്തെയാണ്. വലിയ ഉൾക്കാഴ്ചയുള്ള ഒരു ആശയം ആശയവാദ അസംബന്ധത്തിൽ അടക്കപ്പെട്ടസ്ഥിതിയിലായിരുന്നു. ഹെഗലിനെ വായിക്കുന്നത് കടുത്ത അസ്വസ്ഥയുളവാക്കുന്ന കാര്യമാണ്.

ഈ മഹാനായ ചിന്തകൻ പലപ്പോഴും പ്രതീക്ഷയുണർത്തിക്കൊണ്ട് ഭൗതികവാദത്തിനടുത്തേക്കു നീങ്ങുന്നതും അവസാനനിമിഷം ഭയാനകമായ അനന്തരഫലങ്ങൾ പേടിച്ച് പിന്മാറുന്നതും കാണാം. അതുകൊണ്ടുതന്നെ ഹെഗലിന്റെ ചിന്തകൾ അതൃപ്തിയുളവാക്കുന്നതും പരസ്പരവിരുദ്ധവും അപൂർണ്ണവുമായി അനുഭവപ്പെടും. ഹെഗലിന്റെ സന്ദേഹങ്ങൾ പരിഹരിക്കാനുള്ള ചരിത്രപരമായ ദൗത്യം വന്നുചേർന്നത് മാർക്സിനും എംഗൽസിനുമടുത്താണ്. അവർ അതിനെ നിഷേധിക്കുക മാത്രമല്ല ചെയ്തത്. അതിലും ഗുണപരമായി മികച്ച ഒന്ന് മുന്നോട്ടുവച്ച് മാറ്റുകയായിരുന്നു.

പരമ്പരാഗത തത്ത്വശാസ്ത്രത്തെ ഹെഗൽ കൊണ്ടുപോകുന്നിടത്തോളം മുന്നോട്ടുകൊണ്ടുപോയി. അതിനപ്പുറത്തേക്കു കൊണ്ടുപോകു

ന്നുവെങ്കിൽ അത് അതിന്റെ അതിർത്തികളെ ഭേദിക്കണമായിരുന്നു. ആ പ്രക്രിയയിൽ അത് അതിനെത്തന്നെ നിഷേധിക്കണമായിരുന്നു. ഊഹത്തിന്റെ വ്യവഹാരമണ്ഡലങ്ങൾ വിട്ട് തത്ത്വശാസ്ത്രം ഭൗതികലോകത്തേക്കും മനുഷ്യരിലേക്കും ചരിത്രത്തിലേക്കും ഏറെക്കാലമായി കൈയൊഴിഞ്ഞ പോരാട്ടങ്ങളിലേക്കു മടങ്ങേണ്ടിയിരുന്നു.

ഫെയർബാഗിന്റെയും മറ്റു ചില യുവ ഹെഗേലിയന്മാരായ മോസസ്സ് ഹെസ്സിനെയും (Moses Hess) പോലുള്ളവരുടെ പ്രശ്നം, അവർ ഹെഗലിനോടു വിട പറഞ്ഞു, എന്നാൽ പകരമൊന്നും മുന്നോട്ടുവച്ചില്ല എന്നതാണ്. ഭൗതിക വാദത്തിലേക്കുപോയ ഹെസ്സിന്റെ നടപടി ധീരം തന്നെ. പ്രത്യേകിച്ച് യൂറോപ്പിൽ നിലനിന്നിരുന്ന സാഹചര്യത്തിലും പ്രഷ്യൻ സാമ്രാജ്യത്വത്തിന്റെ അടിച്ചമർത്തിനിടയിലും; യുവാക്കളായ മാർക്സിനെയും എംഗൽസിനെയും അത് പ്രചോദിപ്പിച്ചു, എന്നാൽ ആത്യന്തികമായി അതു പരാജയപ്പെട്ടു.

ഒരു ഗോതമ്പു മണിയെ കാൽവെള്ള കൊണ്ടു ചവുട്ടിയരച്ച് നിഷേധിക്കാം. എന്നാൽ വൈരുദ്ധ്യാധിഷ്ഠിത നിഷേധം കേവലമായ ഇല്ലാതാക്കലല്ല. സംരക്ഷിക്കേണ്ടതെല്ലാം സംരക്ഷിച്ചുകൊണ്ടുള്ള നശിപ്പിക്കലാണത്. മുളയ്ക്കാൻ അനുവദിച്ചുകൊണ്ടും ഗോതമ്പുമണിയെ നിഷേധിക്കാം.

മുതിർന്ന ഒരുവന്റെ വായിൽനിന്നുവരുന്ന വാക്കുകൾക്കും കൗമാരക്കാരന്റെ വാക്കുകൾക്കും ഒരേ വിലയായിരിക്കില്ല. മുതിർന്നവന്റെ വാക്കുകളിൽ അനുഭവത്തിന്റെ ഭാരമുണ്ടായിരിക്കും. തത്ത്വശാസ്ത്രവും അതുപോലെയത്രെ. കഴിഞ്ഞുപോയൊരു ഘട്ടം തത്ത്വശാസ്ത്രത്തിൽ ആവർത്തിക്കപ്പെടില്ല. വാർദ്ധക്യത്തിൽനിന്നും ബാല്യത്തിലേക്ക് അതിനു മടങ്ങാനാവില്ല. എന്നാൽ 2000 വർഷം മുമ്പ് ഗ്രീക്കുകാർ സമ്പുഷ്ടമാക്കിയ ആശയങ്ങളെ ശാസ്ത്രമായും സാംസ്കാരമായും വികസിപ്പിക്കാം. ഇതൊരു യാന്ത്രിക പ്രവർത്തിയല്ല. കഴിഞ്ഞ ഘട്ടങ്ങളുടെ ആവർത്തനവുമല്ല. പൗരസ്ത്യ മതവിശ്വാസം പോലെ പുനർജ്ജജന്മവുമല്ല. നിഷേധത്തിന്റെ നിഷേധമാണ്. കഴിഞ്ഞ ഘട്ടം ഗുണപരമായ രീതിയിലാണ് മടങ്ങിവരുക. അത് അതുതന്നെയാണ് എന്നാൽ അതുപോലെയല്ല.

ഭൗതികവാദത്തോട് അടുത്തത്തിയ ഘട്ടങ്ങളിൽ ഹെഗൽ വളരെ ആഴത്തിലുള്ള നിഗമനങ്ങളിലെത്തി. ഉദാഹരണത്തിന് ചരിത്രത്തിന്റെ തത്ത്വശാസ്ത്രം. ഹെഗൽ തന്റെ ആശയവാദകാഴ്ചപ്പാടിന്റെ തടവറയിലായിരുന്നു. യഥാർത്ഥ സമൂഹത്തിലും പ്രകൃതിയിലും ഹെഗൽ തന്റെ വൈരുദ്ധ്യവാദം പ്രയോഗിച്ചില്ല. കാരണം അദ്ദേഹത്തെ സംബന്ധിച്ച് ലോകത്തിന്റെ വികാസം ആശയങ്ങളുടെ ലോകത്തിന്റെ വികാസമാണ്.

മാർക്സിന്റെ തത്ത്വശാസ്ത്രവിപ്ലവം

മാർക്സിന്റെ സിദ്ധാന്തങ്ങളിൽ വൈരുദ്ധ്യാധിഷ്ഠിത ഭൗതികവാദ

ത്തോളം കടന്നാക്രമിക്കപ്പെടുകയും വളച്ചൊടിക്കപ്പെടുകയും ദുഷിപ്പിക്കപ്പെടുകയും ചെയ്ത മറ്റൊന്നുണ്ടാവില്ല. അത് യാദൃച്ഛികവുമല്ല. കാരണം മാർക്സിസത്തിന്റെ തന്നെ അടിത്തറയാണ് വൈരുദ്ധ്യാധിഷ്ഠിത ഭൗതികവാദം. അത് ഏറിയും കുറഞ്ഞും ശാസ്ത്രീയ സോഷ്യലിസത്തിന്റെ രീതിശാസ്ത്രമാണ്. സാമ്പത്തിക ശാസ്ത്രത്തിനും രാഷ്ട്രീയപരിപാടിക്കും അപ്പുറമാണ് മാർക്സിസം. രാഷ്ട്രീയവും വർഗ്ഗസമരവും മാത്രമല്ല മനുഷ്യചരിത്രമാകെയും അർത്ഥശാസ്ത്രവും ശാസ്ത്രീയചിന്തയും പ്രകൃതിയുമൊക്കെ മാർക്സിസ്റ്റ് തത്ത്വശാസ്ത്രത്തിന്റെ പരിധിക്കുള്ളിൽ വരുന്നു.

ബൂർഷ്വാസിയുടെ പ്രത്യയശാസ്ത്രം ഇന്നു തകർന്നുകൊണ്ടിരിക്കുകയാണ്. അർത്ഥശാസ്ത്രത്തിലും രാഷ്ട്രീയത്തിലും മാത്രമല്ല തത്ത്വശാസ്ത്രരംഗത്തും അതു തകരുകയാണ്. ബൂർഷ്വാസിയുടെ പുഷ്കലകാലത്ത് അതിന് ഹെഗലിനെയും ഇമാനുവൽ കാന്റിനെയുംപോലുള്ള മഹാന്മാരായ ചിന്തകരെ സൃഷ്ടിക്കാൻ കഴിഞ്ഞിരുന്നു. എന്നാൽ മുതലാളിത്ത തകർച്ചയുടെ ഈ ഘട്ടത്തിൽ മൂല്യവത്തായ ഒന്നും സംഭാവന ചെയ്യാൻ അതിനായിട്ടില്ല. സർവ്വകലാശാലകളിലെ മുറികളിൽ ഉപേക്ഷിക്കപ്പെട്ട നിലയിൽ പൊടിപിടിച്ചുകിടക്കുകയാണവരുടെ തത്ത്വശാസ്ത്രം.

ഭരണവർഗ്ഗത്തിനെതിരായ പോരാട്ടങ്ങൾ ഫാക്ടറികൾക്കുള്ളിലോ തെരുവുകളിലോ പാർലമെന്റു കൗൺസിലുകളിലോ മാത്രം നിർവ്വഹിക്കേണ്ട ഒന്നല്ല. ഈ പോരാട്ടത്തെ ബൂർഷ്വാസിക്ക് അധീശത്തമുള്ള പ്രത്യയശാസ്ത്ര രംഗത്തേക്കു കൊണ്ടുപോകേണ്ടതുണ്ട്. ആ രംഗത്ത് അവർ നിഷ്പക്ഷതയുടെ മേലങ്കിയണിഞ്ഞും കൃത്രിമമായ വസ്തുനിഷ്ഠത നടിച്ചും വിഷലിപ്തമായ പ്രചാരണങ്ങളിൽ ഏർപ്പെട്ടു കഴിയുകയാണ്. പഴയ പദ്ധതികൾക്ക് പകരംവെക്കാനുള്ള സമഗ്രമായ ഒരു പരിപാടി മുന്നോട്ടുവയ്ക്കാൻ മാർക്സിനു ചുമതലയുണ്ട്.

മാർക്സിന്റെ കാലത്ത് ജർമ്മൻ സർവ്വകലാശാലകളിൽ മേധാവിത്തം പുലർത്തിയിരുന്ന ഹെഗലിന്റെ തത്ത്വശാസ്ത്രം യുവമാർക്സിനെ ഏറെ സ്വാധീനിച്ചിരുന്നു. വൈരുദ്ധ്യങ്ങളിലൂടെയാണ് മാറ്റങ്ങൾ സംഭവിച്ചുകൊണ്ടിരിക്കുന്നത് എന്ന കണ്ടെത്തലാണ് ഹെഗലിന്റെ മുഖ്യസംഭാവന. യഥാർത്ഥത്തിൽ ഹെഗലിന്റെ ചിന്ത തത്ത്വശാസ്ത്രരംഗത്തെ വിപ്ലവം തന്നെയായിരുന്നു. അത് ചലനാത്മകവും വിപ്ലവകരവുമായിരുന്നു. ഇതാണ് മാർക്സിനെ ഏറെ ആകർഷിച്ച ഘടകം.

മാർക്സും എംഗൽസും ഹെഗേലിയൻ ചിന്തകളെ നിഷേധിക്കുകയും എതിർദിശയിലേക്കു കൊണ്ടുപോവുകയും ചെയ്തു. അങ്ങനെ ചെയ്യുമ്പോൾത്തന്നെ അവർ അദ്ദേഹത്തിന്റെ തത്ത്വശാസ്ത്രത്തിന്റെ മൂല്യവത്തായ ഭാഗം സംരക്ഷിക്കുകയും ചെയ്തു. ഹെഗേലിയൻ ആശയങ്ങളുടെ യുക്തിസഹമായ പിന്തുടർച്ചക്കാരായാണ് മാർക്സും എംഗൽസും തങ്ങളെ കണ്ടത്. അവർ ഹെഗേലിയൻ ചിന്തകളെ, അതിന്റെ ഉള്ളടക്കത്തിലെ സാരാംശത്തെ, കൂടുതൽ ഉയർന്ന തലങ്ങളിലേക്കു വിക

സിപ്പിച്ചു. ഹെഗലിന്റെ ചിന്തകളിൽ ചരിത്രശക്തികളുടെ ഏറ്റുമുട്ടലുകളെ നിഴൽച്ചിത്രങ്ങളായാണ് അവതരിപ്പിക്കപ്പെട്ടിരുന്നത്. ആശയങ്ങൾക്കു മാത്രമായി ഒരു ചരിത്രമോ യഥാർത്ഥ നിലനില്പോ ഇല്ലെന്ന് മാർക്സ് വിശദീകരിച്ചു. അതിനാൽ ഹെഗേലിയൻ ചിന്തകളിൽ യാഥാർത്ഥ്യം നിഗൂഢവല്ക്കരിക്കപ്പെട്ട നിലയിലും അന്യവല്ക്കരിക്കപ്പെട്ട നിലയിലുമാണ് നിലനിന്നത്. ഫെയർ ബാഗിന്റെ കാര്യത്തിലും സ്ഥിതി വ്യത്യസ്തമായിരുന്നില്ല. ഇവിടെയും മനുഷ്യൻ ഏകപക്ഷീയവും ആദർശവല്ക്കരിക്കപ്പെട്ട രൂപത്തിലും അയഥാർത്ഥവുമായാണ് പ്രത്യക്ഷപ്പെടുന്നത്. യഥാർത്ഥ ചരിത്രമനുഷ്യൻ ആവിഷ്കൃതരാകുന്നത് മാർക്സിസ്റ്റ് തത്ത്വശാസ്ത്രത്തിൽ മാത്രമാണ്.

മാർക്സിന്റെ തത്ത്വശാസ്ത്രത്തിന്റെ ആവിർഭാവത്തോടെ തത്ത്വശാസ്ത്രം അതിന്റെ വേരുകളിലേക്കു മടങ്ങി. അത് ഒരേസമയം വൈരുദ്ധ്യാധിഷ്ഠിതവും ഭൗതികവുമായി. ഇവിടെ തത്ത്വവും പ്രയോഗവും കൈകൾ കോർത്തു, പരസ്പരം സന്തോഷിച്ചു. പഠന മുറികളിലെ അരണ്ട വെളിച്ചത്തിൽനിന്നും പുറത്തുകടന്ന് അതു വെട്ടവും വായുവുമേറ്റു. തത്ത്വശാസ്ത്രം ദൈനംദിന ജീവിതത്തിന്റെ ഭാഗമായി. പഴകിത്തുരുമ്പിച്ച ആശയ സംവാദങ്ങളിൽനിന്നും യഥാർത്ഥ ലോകത്തിലെയും സമൂഹത്തിലെയും വൈരുദ്ധ്യത്തെ അഭിസംബോധന ചെയ്യാൻ തുടങ്ങി. വിദൂരതയിൽ നിലകൊണ്ട് പരമ സത്യത്തെ യഥാർത്ഥ മനുഷ്യരിലേക്കും സമൂഹത്തിലേക്കും ഇറക്കിക്കൊണ്ടുവന്നു. യഥാർത്ഥത്തിലുള്ള ചരിത്രത്തെയും പോരാട്ടങ്ങളെയും അഭിമുഖീകരിക്കാൻ തത്ത്വശാസ്ത്രത്തെ പ്രാപ്തമാക്കി.

യാഥാർത്ഥ്യം ഹെഗേലിയൻ തത്ത്വശാസ്ത്രത്തിൽ ഭാവനാത്മകവും ഭാഗികമായി നിഗൂഢാത്മകവുമായിരുന്നു. അതു തലകീഴായാണ് നിലകൊണ്ടത്. പ്രകൃതിയിലും സമൂഹത്തിലുമുള്ള യഥാർത്ഥ പ്രക്രിയകളെയല്ല മനസ്സിൽ ആ പ്രക്രിയകൾ മനുഷ്യമനസ്സിൽ പ്രത്യേകിച്ച് തത്ത്വജ്ഞാനികളുടെ സൃഷ്ടിക്കുന്ന പ്രതിഫലനങ്ങളെയാണിവിടെ നമുക്ക് കാണാനാവുക. വൈരുദ്ധ്യാധിഷ്ഠിത വീക്ഷണം ഹെഗേലിയൻ ചിന്തയുടെ ഗരിമ അംഗീകരിക്കുമ്പോൾത്തന്നെ ഭീമമായൊരു അലസിപ്പോകൽ മാത്രമായാണ് എംഗൽസ് കണ്ടത്.

മാർക്സിനു മാത്രമാണ് ഹെഗേലിയൻ ചിന്തയെ പൊതിഞ്ഞുനിന്ന നിഗൂഢതകളെ അനാവരണം ചെയ്യാനും അതിന്റെ വൈരുദ്ധ്യാത്മക പാരമ്പര്യത്തെ വേർതിരിച്ചെടുക്കാനുമായത്. തത്ത്വശാസ്ത്രരംഗത്തെ മഹത്തായൊരു കണ്ടുപിടുത്തമായിരുന്നു അത്. വൈരുദ്ധ്യാധിഷ്ഠിത നിലപാടിനെ പുനർ നിർമ്മിച്ചുകൊണ്ട് ചിന്തയുടെ യഥാർത്ഥ വികാസത്തെ അവതരിപ്പിച്ചു.

വസ്തുതകളെ ഹെഗൽ നിരീക്ഷിച്ചത് മനസ്സിന്റെയും ആത്മാവിന്റെയും കാഴ്ചപ്പാടിൽ നിന്നാണ്. മാർക്സ് കണ്ടത് മനുഷ്യമനസ്സിലെ ആശയങ്ങളുടെ വികാസം പ്രകൃതിയിലും സമൂഹത്തിലും നടക്കുന്ന

യഥാർത്ഥ വികാസങ്ങളുടെ പ്രതിഫലനം എന്ന നിലയിലാണ്. മാർക്സ് ഇങ്ങനെ എഴുതി:

> എല്ലാ വൈരുദ്ധ്യവാദങ്ങളുടെയും അടിത്തറ ഹെഗലിന്റേതാണ്. എന്നാൽ അതിന്റെ നിഗൂഢതകളെ അനാവരണം ചെയ്യുന്നിടത്താണ് എന്റെ ചിന്തകളെ ഹെഗലിന്റെ ചിന്തയിൽനിന്നും വേർതിരിക്കുന്നത്. (യൂഗിൽമാൻ 1868 മാർച്ച് മാസം 6 ന് എഴുതിയ കത്ത്. സമാഹൃതകൃതികൾ മാർക്സ് എംഗൽസ്, വാല്യം 42, പുരം 543).

എന്താണ് വൈരുദ്ധ്യാത്മകത?

വൈരുദ്ധ്യാത്മകത സാങ്കല്പികമോ അജ്ഞേയമോ അല്ല. അതു ശാസ്ത്രീയ ചിന്തയാണ്. ദൈനംദിന ജീവിതപ്രശ്നങ്ങളിലൊതുങ്ങാതെ കൂടുതൽ സങ്കീർണ്ണമായതിനെ മനസ്സിലാക്കലാണത്. വൈരുദ്ധ്യാത്മക തയും ഔപചാരിക യുക്തിയും തമ്മിലുള്ള ബന്ധം താണതും ഉയർന്ന തുമായ ഗണിതം പോലെയാണ്. വൈരുദ്ധ്യാത്മകതയും ഭൗതികവാദവും ചേരുമ്പോൾ ശക്തമായൊരു വിശകലന ഉപകരണം ലഭിക്കുന്നു. എന്നാൽ എന്താണ് വൈരുദ്ധ്യാധിഷ്ഠിത വാദം. സ്ഥലപരിമിതിയാൽ വൈരുദ്ധ്യാത്മകതയുടെ എല്ലാ നിയമങ്ങളും ഇവിടെ വിശദീകരിക്കുന്നില്ല. എന്റെ തന്നെ *Reason in revolt: Marxist Phylosophy and modern science (വിപ്ലവത്തിലെ യുക്തി: മാർക്സിസ്റ്റ് തത്ത്വശാസ്ത്രവും ആധുനിക ശാസ്ത്രവും)* എന്ന ഗ്രന്ഥത്തിൽ ഇതേപ്പറ്റി വിശദീകരിച്ചിട്ടുണ്ട്. അതിന്റെ ഒരു ഏകദേശ ചിത്രം എതാനും വരികളിൽ ചുവടെ ചേർക്കുന്നു.

1. അളവിൽനിന്നും ഗുണത്തിലേക്കുള്ള മാറ്റത്തെക്കുറിക്കുന്ന നിയമം.
2. വിരുദ്ധശക്തികളുടെ ഐക്യവും സമരവും അങ്ങേയറ്റത്തെ സാഹചര്യങ്ങളിലേക്കെത്തിച്ചാൽ ഒന്ന് മറ്റൊന്നാകും.
3. വൈരുദ്ധ്യങ്ങളിലൂടെ വളർച്ച അഥവാ നിഷേധത്തിന്റെ നിഷേധം.

മാർക്സിസം പഠിക്കുന്നവർക്ക് ഒഴിവാക്കാനാകാത്ത ഗ്രന്ഥങ്ങളാണ് പ്രകൃതിയുടെ വൈരുദ്ധ്യാത്മകതയും *ഡ്യൂറിങ്ങിനെതിരെയും*. *പ്രകൃതിയുടെ വൈരുദ്ധ്യത്മകത* അപൂർണ്ണമാണെങ്കിലും വളരെ പ്രധാനപ്പെട്ടതാണ്. എംഗൽസ് ആധാരമാക്കിയത് അദ്ദേഹത്തിന്റെ കാലത്തെ ശാസ്ത്രത്തിന്റെ കണ്ടുപിടിത്തങ്ങളെയാണ്. അതുകൊണ്ടുതന്നെ അതിലെ ചില കണ്ടെത്തലുകൾക്ക് ചരിത്രപരമായ താല്പര്യം മാത്രമേ

ജനിപ്പിക്കുകയുള്ളൂ. കാലപ്രവാഹത്തിൽ മറികടന്നുപോയ ചില വസ്തുതകളും വിശദാംശങ്ങളുമല്ല *പ്രകൃതിയുടെ വൈരുദ്ധ്യാത്മകത* എന്ന ഈ ഗ്രന്ഥത്തെ പ്രധാനപ്പെട്ടതാക്കുന്നത്. മറിച്ച് അദ്ദേഹം മുന്നോട്ടുവച്ച ചില ആശയങ്ങൾ ശാസ്ത്രം ഏറെ മുന്നേറിയ ഈ കാലത്തുപോലും അത്ഭുതാവഹമായി നിലകൊള്ളുന്നു എന്ന വസ്തുതയാണ്. ആധുനിക ശാസ്ത്രവുമായി പൊരുത്തപ്പെട്ടുതന്നെയാണിപ്പോഴും അതിന്റെ നില. ഭൗതികവസ്തുക്കളും ചലനവും (അതിന്റെ ഊർജ്ജവും) തമ്മിൽ വേർപ്പെടുത്താനാവാത്തതാണെന്ന് എംഗൽസ് ഊന്നിപ്പറഞ്ഞു. ഭൗതികവസ്തുവിന്റെ നിലനില്പുതന്നെ ചലനത്തിലാണ് കുടികൊള്ളുന്നത്. ഭൗതിക വസ്തുവിനെയും പ്രപഞ്ചത്തെയുംപ്പറ്റിയുമുള്ള ഈ സത്യം ഗ്രീക്കു തത്ത്വജ്ഞാനികളായ ഹെരി ക്ലീറ്റസിനെപ്പോലുള്ളവർ മുമ്പേ കണ്ടെത്തിയിരുന്നതു തന്നെയാണ്. എല്ലാം അങ്ങനെയും അങ്ങനെയല്ലാതെയുമാണ്. അതിനു കാരണം എല്ലാം ഒഴുകിക്കൊണ്ടേയിരിക്കുന്നു. എല്ലാം തുടർച്ചയായി മാറിക്കൊണ്ടിരിക്കുന്നു. നിലനില്ക്കുകയും കൊഴിഞ്ഞുപോവുകയും ചെയ്യുന്നു.

സാമാന്യബോധത്തിൽ ഒരു വസ്തുവിന്റെ പിണ്ഡം (mass) മാറ്റമില്ലാത്തതായാണ് പ്രത്യക്ഷമാകുന്നത്. ഉദാഹരണത്തിന്, ഒരു റാട്ടിന്റെ ഭാരം അതിന്റെ നിശ്ചലാവസ്ഥയിലും ചലനാവസ്ഥയിലും തുല്യമായിരിക്കും. അതിനാൽ ഒരു വസ്തുവിന്റെ വേഗം എന്തുതന്നെയായാലും പിണ്ഡം മാറ്റമില്ലാതെ തുടരും. എന്നാൽ ഈ ധാരണ തെറ്റാണെന്ന് പില്ക്കാലത്ത് തെളിഞ്ഞു. യഥാർത്ഥത്തിൽ വേഗത്തിനനുസരിച്ച് പിണ്ഡം വർദ്ധിക്കും. എന്നാൽ പ്രവേഗം (Velocity) പ്രകാശത്തിനു തുല്യമാകുമ്പോൾ മാത്രമേ അത്തരത്തിലുള്ള വർദ്ധനവ് പരിഗണനാർഹമാകുന്നുള്ളൂ. എല്ലാ പ്രായോഗിക കാര്യങ്ങളിലും വസ്തുവിന്റെ പിണ്ഡം അതിന്റെ ചലനവേഗം ഏതുതന്നെയായാലും മാറ്റമില്ലാതെ തുടരുമെന്ന് നമുക്ക് നിഗമനത്തിലെത്താം. എന്നാൽ വളരെ ഉയർന്ന വേഗത്തിന്റെ കാര്യത്തിൽ ഈ നിഗമനം തെറ്റാണ്. വേഗത കൂടുന്നതിനനുസരിച്ച് ഈ വാദം കൂടുതൽ തെറ്റായിത്തീരുന്നു.

ഈ നിയമത്തെപ്പറ്റി പ്രൊഫ. ഫെയ്ൻമാൻ(Feynman) ഇങ്ങനെ പ്രതികരിക്കുന്നു:

> ഏകദേശമായ അനുമാനങ്ങൾ തത്ത്വശാസ്ത്രപരമായി തെറ്റാണ്. പിണ്ഡത്തിൽ വളരെക്കുറച്ചു മാറ്റമേ ഉണ്ടാകുന്നുള്ളൂവെങ്കിലും ലോകത്തെ സംബന്ധിച്ച് നാം രൂപീകരിച്ച ചിത്രങ്ങളാകെ മാറ്റപ്പെടണം. നിയമങ്ങൾക്കു പിന്നിലെ തത്ത്വശാസ്ത്രങ്ങളുടെ സവിശേഷതയാണത്. ചെറിയ ചെറിയ മാറ്റങ്ങൾക്കുപോലും ആശയങ്ങളിൽ വൻ ചലനങ്ങൾ സൃഷ്ടിക്കാനാവും.

ഈ ഉദാഹരണം യന്ത്രശാസ്ത്രവും (Mechanics) ആധുനിക ഊർജ്ജതന്ത്രവും (Physics) തമ്മിലെ മൗലികമായ വ്യത്യാസത്തെ കുറി

ക്കുന്നു. അതുപോലെ ദൈനംദിനാവശ്യങ്ങൾക്കുപയോഗിക്കുന്ന പ്രാഥമിക സംഖ്യാശാസ്ത്രവും (Mathematics) *ആന്റിഡ്യൂറിങ്ങിലും പ്രകൃതിയുടെ വൈരുദ്ധ്യാത്മകത*യിലും എംഗൽസ് ചർച്ച ചെയ്ത ഉയർന്ന ഗണിതശാസ്ത്രവും (Differential calculus) തമ്മിൽ വലിയ വ്യത്യാസമുണ്ട്.

ഈ വ്യത്യാസം സാധാരണ തർക്കശാസ്ത്രവും വൈരുദ്ധ്യാത്മകതയും തമ്മിലുണ്ട്. ദൈനംദിന ജീവിതത്തിന് സാധാരണ തർക്കശാസ്ത്രം ധാരാളം മതിയാവും. എന്നാൽ കൂടുതൽ സങ്കീർണ്ണമായ കാര്യങ്ങൾക്ക് ഈ നിയമങ്ങൾ അപര്യാപ്തമാണ്. ഇവിടെ പരിമിതസത്യങ്ങൾ അസത്യങ്ങളായിത്തീരും.

അളവും ഗുണവും

വൈരുദ്ധ്യാധിഷ്ഠിത ഭൗതികവാദ കാഴ്ചപ്പാടനുസരിച്ച് ഭൗതികവാദത്തിന് തുടക്കമോ ഒടുക്കമോ ഇല്ല. അത് സ്ഥിരമായി ചലിച്ചുകൊണ്ടിരിക്കുന്ന ഭൗതികവസ്തുവിന്റെ പിണ്ഡ(അഥവാ ഊർജ്ജം)മാണ്. ഇതാണ് മാർക്സിസ്റ്റ് തത്ത്വശാസ്ത്രത്തിന്റെ അടിസ്ഥാന സങ്കല്പനം. കഴിഞ്ഞ നൂറുവർഷത്തെ ശാസ്ത്രീയ കണ്ടുപിടുത്തങ്ങൾ ഇതിനെ ശരിവയ്ക്കുന്നു.

ജീവിതത്തിൽനിന്നുള്ള ഉദാഹരണങ്ങൾ തന്നെ നോക്കാം. പ്രത്യക്ഷത്തിൽ സുസ്ഥിരമെന്നു കരുതുന്ന പല പ്രതിഭാസങ്ങളുടെയും അടിത്തട്ട് ചലിച്ചുകൊണ്ടിരിക്കുന്നതാണ്. ഒരു ഗ്ലാസ് വെള്ളത്തിന്റെ ഉദാഹരണമെടുക്കൂ. നമ്മുടെ നഗ്ന നേത്രങ്ങൾകൊണ്ടു നോക്കിയാൽ ഒന്നും മാറുന്നില്ല. എന്നാൽ പത്തുലക്ഷം വലുപ്പത്തിൽ ആ കാഴ്ചയെ വികസിപ്പിച്ചാലോ? നിരന്തരമായി നടക്കുന്ന മാറ്റത്തെ ദർശിക്കാനാകും. ഉപരിതലത്തിൽനിന്നും തന്മാത്രകൾ അപ്രത്യക്ഷമാകുന്നതും ഉപരിതലത്തിലേക്ക് തന്മാത്രകൾ എത്തിച്ചേരുന്നതും നമുക്ക് കാണാനാവും. ഈ വാക്കുകൾ എംഗൽസിന്റേതല്ല. പ്രശസ്ത ശാസ്ത്രജ്ഞൻ പ്രൊഫ. റിച്ചാഡ് പി ഫെയ്ൻമാന്റേതാണ്. അദ്ദേഹം കാലിഫോർണിയ ഇൻസ്റ്റിറ്റ്യൂട്ട് ഓഫ് ടെക്നോളജിയിലെ തിയററ്റിക്കൽ ഫിസിക്സ് പഠിപ്പിക്കുന്ന ആളാണ്. എംഗൽസിന്റെ അളവിൽനിന്നും ഗുണത്തിലേക്കുള്ള പരിവർത്തനം, എന്ന നിയമം ഇദ്ദേഹം ആവർത്തിക്കുന്നു.

ഹൈഡ്രജൻ ആറ്റവും ഓക്സിജൻ ആറ്റവും ചേർന്നാണ് ജലമുണ്ടാകുന്നത്. ഈ ആറ്റങ്ങൾ സദാ ചലനാവസ്ഥയിലാണ്. അതിൽ ഉൾച്ചേർന്ന ഘടകങ്ങളായി ജലം വിജയിക്കപ്പെടാതിരിക്കുന്നതിനു കാരണം ഈ തന്മാത്രകളുടെ പരസ്പരാകർഷണമാണ്. എന്നാൽ സാധാരണ അന്തരീക്ഷോഷ്മാവിൽ ചൂട് 100^0C ൽ എത്തുമ്പോൾ അവ നിർണ്ണായകമായ ഒരു ഘട്ടത്തിലെത്തുന്നു. ആ ഘട്ടത്തിൽ ഈ ആകർഷണ ഘടകങ്ങൾക്ക് തന്മാത്രകളെ വേർതിരിച്ചു നിർത്താനുള്ള കഴിവ് നഷ്ടമാകുന്നു. ഈ ഉദാഹരണം നിസ്സാരമാണെന്ന് തോന്നിയേക്കാം. എന്നാൽ

ശാസ്ത്രത്തിന്റെയും വ്യവസായത്തിന്റെയും കാര്യത്തിൽ ഇത് വളരെ പ്രധാനപ്പെട്ടതാണ്. സ്ഥിതിഭേദങ്ങളെപ്പറ്റിയുള്ള പഠനം ഊർജ്ജതന്ത്രത്തിലെ പ്രധാനപ്പെട്ടൊരു ശാഖയാണ്. ഭൗതികവസ്തുവിന് നാല് രൂപങ്ങളുണ്ട്. ഖരം, ദ്രാവകം, വാതകം, പ്ലാസ്മ, ഇതിനു പുറമെ അസാധാരണമായ ചില രൂപങ്ങളും കാണാം. ഉദാഹരണത്തിന് ഗുരുതരദ്രാവകങ്ങൾ (Critical fluids) ഒരു ക്ഷയോന്മുഖ വാതകങ്ങൾ (Degenerated gases).

സാധാരണയായി ആ ഖരവസ്തുവിനെ ചൂടുപിടിപ്പിക്കുകയാണെങ്കിൽ അത് ദ്രാവകാവസ്ഥയിലേക്കും ക്രമേണ വാതകാവസ്ഥയിലെക്കും കടക്കും. ഉദാഹരണത്തിന് ഐസ് കട്ട. അതു ചൂടാക്കുമ്പോൾ ദ്രാവകാവസ്ഥ പ്രാപിക്കും. വെള്ളം ചൂടാക്കിയാൽ അത് നീരാവിയാകും. എന്നാൽ ഈ നീരാവിയെ ഉയർന്ന ഊഷ്മാവിൽ വീണ്ടും ചൂടാക്കിയാൽ വേറൊരു മാറ്റം സംഭവിക്കും. 12,000K = 11726.85 സെൽഷ്യസ്. ഈ ഘട്ടത്തിൽ നീരാവി പ്ലാസ്മയായി തീരുന്നു. ഇതിനെയാണ് മാർക്സിസ്റ്റുകാർ അളവിൽനിന്നും ഗുണത്തിലേക്കുള്ള മാറ്റം എന്നു പറയുന്നത്. ചെറിയ ചെറിയ മാറ്റങ്ങളുടെ സാകല്യം ഒടുവിൽ ഗുണപരമായ ഒരു കുതിച്ചുചാട്ടത്തിന് വിധേയമാകുന്നു. ഉദാഹരണമായി, ഈയമോ നിയോബിയമോ തണുപ്പിക്കുകയാണെങ്കിൽ അവിടെ ക്രമാനുഗതമായി അതിന് വൈദ്യുത പ്രതിരോധം, ഒരു പ്രത്യേകഘട്ടംവരെ കുറഞ്ഞു കുറഞ്ഞുവരുന്നു (-273^{0}C). ഈ ഘട്ടത്തിൽ എല്ലാ പ്രതിരോധവും വേഗത്തിൽ അപ്രത്യക്ഷമാകും. ഇവിടെ യഥാർത്ഥത്തിൽ ഒരു കുതിച്ചുചാട്ടം സംഭവിക്കുന്നു. ചെറിയ പ്രതിരോധത്തിൽനിന്നും ഒടുവിൽ ഒരു പ്രതിരോധവും ഇല്ലാത്ത അവസ്ഥയിൽ എത്തിച്ചേരും.

പ്രകൃതിശാസ്ത്രത്തിൽ അതിന് ധാരാളം ഉദാഹരണങ്ങൾ കാണാം. പ്രശസ്ത അമേരിക്കൻ ശാസ്ത്രജ്ഞനായ മാർക്ക് ബുക്കാനൻ (Marc Buchanan) ക്വിബികിറ്റി (Quibuity) എന്നൊരു പുസ്തകം രചിച്ചു. ഇവിടെ അദ്ദേഹം വിപുലമായ ഉദാഹരണങ്ങൾ നിരത്തുന്നുണ്ട്. ഹൃദയസ്തംഭനം, കാട്ടുതീ, മലയിടിച്ചിൽ, ജന്തുക്കളുടെ എണ്ണത്തിലെ ഉയർച്ചയും താഴ്ചയും, ഓഹരിത്തകർച്ചകൾ, യുദ്ധം, കലയിലെ മാറ്റങ്ങൾ തുടങ്ങിയവ. ഇതിനൊപ്പം നമുക്ക് വിപ്ലവത്തെയും ചേർത്തുവയ്ക്കാം.

പ്രത്യക്ഷത്തിൽ പരസ്പരവിരുദ്ധമല്ലാത്തതാണെന്ന് തോന്നാമെങ്കിലും ഇതിനെല്ലാം പൊതുവായ ഒരു നിയമമുണ്ട്. ഈ ഊർജ്ജനിയമം ഗണിതശാസ്ത്ര സൂത്രവാക്യത്തിലൂടെ പ്രതിഫലിപ്പിക്കാം. ഈ നിയമത്തെ മാർക്സിസ്റ്റ് പദാവലിക്കനുസരിച്ചു പറയുകയാണെങ്കിൽ എണ്ണത്തിൽനിന്നും ഗുണത്തിലേക്കുള്ള മാറ്റം എന്നു പറയാം. ഈ നിയമം പ്രപഞ്ചത്തിൽ എവിടെയും ദൃശ്യമാണ്. എംഗൽസിന്റെ ഭാഷയിൽ പറഞ്ഞാൽ ഇത് പ്രകൃതിയുടെ സാർവ്വ ലൗകിക നിയമമാകുന്നു.

വൈരുദ്ധ്യാധിഷ്ഠിതയും അനുഭവാധിഷ്ഠിതയും (Dialectics Versus Empiricism)

പ്രായോഗിക യാഥാർത്ഥ്യവാദികൾ വിളിച്ചുചോദിക്കാറുണ്ട്. വസ്തുതകൾ നിരത്തൂ! വസ്തുകളെക്കാൾ കൃത്യതയുള്ള മറ്റെന്താണുള്ളത്? എന്നാൽ ഇന്ന് വസ്തുതയെന്നു തോന്നുന്നത് നേരെ എതിരായതായി മാറാം. ഒരു കാലത്തെ വ്യവസ്ഥാപിത വസ്തുതകൾ വേറൊരു കാലത്ത് വളരെ വ്യത്യസ്തമായ ഒന്നായി മാറാം. എല്ലാം മാറിക്കൊണ്ടിരിക്കുന്നവയാണ്. അതിനാൽ ഇപ്പോഴല്ലെങ്കിൽ എപ്പോഴെങ്കിലും ഈ വസ്തുത നേരെ എതിർ ദിശയിലുള്ളതായി മാറും. ഉറച്ചതെന്നു തോന്നുന്നതെല്ലാം വായുവിൽ അലിഞ്ഞുതീരും.

ഉപരിതലത്തിൽ കാണുന്നതിന്റെ ഉള്ളിലേക്കു കടക്കാനും അവിടെ എന്താണ് യഥാർത്ഥത്തിൽ സംഭവിക്കുന്നത് എന്നു മനസ്സിലാക്കിത്തരാനും വൈരുദ്ധ്യാത്മക രീതിശാസ്ത്രം നമ്മെ സഹായിക്കും. വൈരുദ്ധ്യാത്മകത പ്രാഥമികമായി പ്രാപഞ്ചികമായ പരസ്പരബന്ധത്തെക്കുറിക്കുന്ന ശാസ്ത്രമാണ്. പ്രതിഭാസങ്ങളെയും പ്രക്രിയകളെയും കുറിച്ചുള്ള സമഗ്രവും ചലനാത്മകവുമായ വീക്ഷണം അതു പകരുന്നു. കാര്യങ്ങളെ ഒറ്റപ്പെട്ടവയായല്ല പരസ്പരം ബന്ധപ്പെടുത്തിയാണ് വിശകലനം ചെയ്യുന്നത്. ചലനത്തിലാണ് ചലനരാഹിത്യത്തിലല്ല, ജൈവാവസ്ഥയിലാണ് നിർജ്ജീവാവസ്ഥയിലല്ല, അത് വസ്തുതകളെ മനസ്സിലാക്കുന്നത്.

അംഗീകരിക്കപ്പെട്ട വസ്തുതകളോടുള്ള ആരാധനയിൽ നിന്നുള്ള വിമോചനമാണ് വൈരുദ്ധ്യാധിഷ്ഠിതമായ അറിവ്. അംഗീകരിക്കപ്പെട്ടതിനോടുള്ള ആരാധനയാണ് ഉപരിപ്ലവമായ അനുഭവാധിഷ്ഠിത ചിന്ത. രാഷ്ട്രീയത്തിൽ അത് പരിഷ്കരണ വാദത്തിന്റെ മേലങ്കിയണിഞ്ഞ യാഥാസ്ഥിതികത്വമാണ്. അത് പ്രായോഗികവാദത്തിന്റെ തത്ത്വശാസ്ത്രപരമായ വെള്ളെഴുത്തും ഭീരുത്വമാണ്. സാദ്ധ്യകളുടെ കലയെന്നോ യഥാതഥാവാദമെന്നോ ഒക്കെ അതിനെ വിളിക്കാറുണ്ട്. പ്രത്യക്ഷ വസ്തുക്കളെ ചൂഴ്ന്ന് കടന്നുപോകാനും പ്രത്യക്ഷത്തിനപ്പുറം എന്താണു സംഭവിക്കുന്നതെന്നു പരിശോധിക്കാനും വൈരുദ്ധ്യാധിഷ്ഠിതവാദം സഹായിക്കും. നിശ്ചലതയുടേയും നിശ്ശബ്ദതയുടെയും പുറംകാഴ്ചകൾക്കകത്ത് അരങ്ങേറുന്ന തന്മാത്രാ പരിണാമങ്ങളും ഊർജ്ജതന്ത്രത്തിനു മാത്രമല്ല സാമൂഹ്യശാസ്ത്രത്തിനും സാമൂഹ്യമനഃശാസ്ത്രത്തിനും ബാധകമാണ്.

മുതലാളിത്ത അഭിവൃദ്ധി സ്ഥായിയാണെന്നാണല്ലോ മിക്കവരും കരുതിയിരുന്നത്. ചോദ്യം ചെയ്യപ്പെടാനാവാത്ത വസ്തുതയായാണവരതിനെ കണ്ടത്. ചോദ്യം ചെയ്തവരെ ഉച്ചക്കിറുക്കന്മാരെന്നു പറഞ്ഞു കളിയാക്കി. എന്നാൽ ഇപ്പോഴിതാ ചോദ്യം ചെയ്യപ്പെടാനാവാത്ത യാഥാർത്ഥ്യം മുതലക്കൂപ്പുകുത്തിയിരിക്കുന്നു. യാഥാർത്ഥ്യം എതിർദിശയിലേക്ക് കടന്നിരിക്കുന്നു. തർക്കരഹിതമായ സത്യമിതാ വലിയ നുണയായിത്തീർന്നിരിക്കുന്നു. ഹെഗലിന്റെ വാക്കുകൾ കടമെടുത്താൽ യുക്തി അയുക്തി

യായിരിക്കുന്നു. ഈ രീതിശാസ്ത്രമുപയോഗിച്ച് ഒരു നൂറ്റാണ്ടിനുമുന്നേ തന്നെ ഫ്രെഡറിക് എംഗൽസ് പല അവസരങ്ങളിലും അക്കാലത്തെ ശാസ്ത്രജ്ഞന്മാരെപ്പോലും കടത്തിവെട്ടി ശാസ്ത്രരംഗത്തെ പലകണ്ടു പിടുത്തങ്ങളെപ്പറ്റിയും മുൻകൂട്ടി കണ്ടിരുന്നു. എംഗൽസ് ഒരു ശാസ്ത്ര ജ്ഞനായിരുന്നില്ല. എന്നാൽ അദ്ദേഹം ജീവിച്ചിരുന്ന കാലത്തെ പ്രകൃ തിശാസ്ത്രത്തെപ്പറ്റി വിപുലമായ അറിവുണ്ടായിരുന്നു.

വൈരുദ്ധ്യാധിഷ്ഠിത വിശകലനരീതിയിലുള്ള അപാരമായ തന്റെ ജ്ഞാനം ഉപയോഗിച്ച് അദ്ദേഹം പല ശാസ്ത്രവിഷയങ്ങൾക്കും നല്കിയ തത്ത്വശാസ്ത്രപരമായ വ്യാഖ്യാനങ്ങൾ വഴി ശാസ്ത്രത്തിന് മഹത്തായ സംഭാവനകൾ നല്കി. അക്കാലത്തെ ഭൂരിപക്ഷം ശാസ്ത്രജ്ഞന്മാർക്കും ഇതേക്കുറിച്ച് അറിവുണ്ടായിരുന്നില്ല.

തീർച്ചയായും പ്രകൃതിശാസ്ത്രത്തിനായി നിയമങ്ങൾ നിർദ്ദേശി ക്കാൻ തത്ത്വശാസ്ത്രങ്ങൾക്കാവില്ല. പ്രകൃതിയെ നിരന്തരമായി നിരീ ക്ഷിച്ചും വിശകലനം ചെയ്തും മാത്രമേ പ്രകൃതിനിയമങ്ങൾ വികസിപ്പി ച്ചെടുക്കാനാകൂ. ശാസ്ത്രത്തിന്റെ രീതിശാസ്ത്രം ഒരുകൂട്ടം നിഗമനങ്ങ ളിലൂടെയാണ് മുന്നേറുക. നിരീക്ഷണപരീക്ഷണങ്ങളിലൂടെ നമുക്ക് സത്യത്തോട് അടുത്തെത്താം. ഒരിക്കലും പരമമായ അറിവിലേക്കെത്താ നാവില്ല. ഭൗതികവസ്തുവിന്റെയും പ്രപഞ്ചത്തിന്റെയും ഉള്ളറകളിലേക്ക് കടന്ന് അവയുടെ രഹസ്യം കണ്ടെത്തൽ ഒരിക്കലും അവസാനിക്കാത്ത പ്രക്രിയയാണ്. പരീക്ഷണ നിരീക്ഷണങ്ങൾവഴിയും പ്രയോഗത്തിലൂ ടെയും മാത്രമേ ശാസ്ത്രതത്ത്വങ്ങൾ ശരിയാണോ എന്നറിയാനാകൂ. തത്ത്വശാസ്ത്രജ്ഞന്മാരുടെ നിർദ്ദേശങ്ങൾക്കനുസരിച്ചല്ല.

തത്ത്വജ്ഞാനികൾ വർഷങ്ങളായി ഗുസ്തിപിടിച്ചുവന്ന പല ചോദ്യ ങ്ങൾക്കും ശാസ്ത്രം മറുപടി നല്കിക്കഴിഞ്ഞു.

എന്നാൽ ശാസ്ത്രത്തിന്റെ വികാസത്തിൽ തത്ത്വശാസ്ത്രത്തിന് ഒരു പങ്കും ഇല്ലെന്ന് ചിന്തിക്കുന്നത് മൗഢ്യമാണ്. തത്ത്വശാസ്ത്രത്തിലെ രണ്ടു ഘടകങ്ങൾ ഇന്നും മൂല്യവത്തായി നിലനില്ക്കുന്നുണ്ട്. തർക്കശാ സ്ത്രവും വൈരുദ്ധ്യാധിഷ്ഠിത വാദവുമാണവ. എന്നാൽ ശാസ്ത്രത്തിന്റെ വിവിധ ശാഖകൾ ഇതിനെ വേണ്ടവിധത്തിൽ ഉൾക്കൊണ്ടിട്ടില്ല.

അജ്ഞേയവാദത്തെ (mysticism) നിരാകരിച്ചുകൊണ്ടുള്ള വൈരു ദ്ധ്യവാദം ഒഴിവാക്കാനാകാത്തതാണെന്ന് എംഗൽസ് ഊന്നിപ്പറഞ്ഞിരു ന്നു. ആധുനിക ഊർജ്ജതന്ത്രത്തിലെ പ്രശ്നങ്ങൾക്ക് മാന്ത്രിക പരിഹാ രങ്ങൾ നിർദ്ദേശിക്കാനൊന്നും വൈരുദ്ധ്യവാദത്തിനു കഴിയില്ല. എന്നാൽ ശാസ്ത്രത്തെ എവിടെയും എത്തിക്കാത്ത അജ്ഞേയവാദത്തിന്റെ പടു കുഴിയിലേക്കു പതിക്കാതെ ശാസ്ത്ര അന്വേഷണങ്ങളെ മുന്നോട്ടുനയി ക്കാൻ സമഗ്രവും യുക്തിസഹവുമായ തത്ത്വശാസ്ത്രത്തിനു കഴിയും. ഉറച്ച തത്ത്വശാസ്ത്ര അടിത്തറയുടെ അഭാവം മൂലമാണ് ശാസ്ത്രത്തിലെ പല പ്രശ്നങ്ങൾക്കും പരിഹാരമുണ്ടാക്കാനാകാത്തത്.

വൈരുദ്ധ്യവാദവും ശാസ്ത്രവും

പല ശാസ്ത്രജ്ഞരും തത്ത്വശാസ്ത്രത്തെ പുച്ഛത്തോടെയാണു സമീപിക്കുന്നത്. ആധുനിക തത്ത്വശാസ്ത്രത്തെ സംബന്ധിച്ചിടത്തോളം അവരത് അർഹിക്കുന്നുമുണ്ട്. കഴിഞ്ഞ ഒന്നര നൂറ്റാണ്ടോളം കാലമായി തത്ത്വശാസ്ത്രരംഗം മരുഭൂമിപോലെയാണ്. അങ്ങിങ്ങ് ജീവന്റെ ചില ലക്ഷണങ്ങൾ കണ്ടെത്താമെന്നുമാത്രം. പഴയകാല നിധിപേടകങ്ങളിൽ തിളങ്ങിയിരുന്ന മഹത്ത്വങ്ങൾ അപ്രത്യക്ഷമായി. ശാസ്ത്രജ്ഞന്മാർ മാത്രമല്ല സാധാരണ ജനങ്ങളും പ്രത്യാശയോടെ ആ മേഖലയിലേക്ക് നോക്കാറില്ല.

സൂക്ഷ്മപരിശോധനയിൽ ഈ ശാസ്ത്രജ്ഞന്മാരുടെ പുച്ഛത്തിന് അടിത്തറയില്ലെന്നു കാണാം. ആധുനിക ശാസ്ത്രത്തേയും അതിന്റെ താത്ത്വികമായ അടിത്തറയും അനുമാനങ്ങളെയും നിരീക്ഷിച്ചാൽ അത് തത്ത്വശാസ്ത്രമുക്തമാണെന്നു പറയാനാവില്ല. തത്ത്വശാസ്ത്രത്തിനു മുന്നിൽ മുൻവാതിലുകൾ കൊട്ടിയടക്കപ്പെട്ടാൽ അത് പിൻവാതിലിലൂടെ മെല്ലെ അകത്തേക്ക് നുഴഞ്ഞുകയറും.

തത്ത്വശാസ്ത്രത്തോട് മുഖം തിരിച്ചു നില്ക്കുന്ന ശാസ്ത്രജ്ഞന്മാർ അവരുടെ അനുമാനങ്ങളിലൂടെ യഥാർത്ഥത്തിൽ തത്ത്വശാസ്ത്രനിലപാടുകളാണെടുക്കുന്നത്. പഴയ രീതിയിലുള്ള തത്ത്വശാസ്ത്രത്തേക്കാൾ ഒട്ടും മുകളിലല്ല അനുമാനാത്മകവും വിമർശനരഹിതവുമായ ഇവരുടെ തത്ത്വശാസ്ത്ര നിലപാടുകൾ. എന്നാൽ അതിൽനിന്നും വളരെ താഴെയാണുതാനും. ശാസ്ത്രം പ്രായോഗികമായ നിരവധി തെറ്റുകളിലേക്കു നീങ്ങുന്നതിന്റെ അടിത്തറയും ഇതിലാണ് കുടികൊള്ളുന്നത്.

കഴിഞ്ഞ നൂറ്റാണ്ടിൽ ലോകം ദർശിച്ച ശാസ്ത്രീയ മുന്നേറ്റങ്ങൾ തത്ത്വശാസ്ത്രത്തെ അമിതഭാരമുള്ളതായി മാറ്റിയെന്നു തോന്നിയേക്കാം. സ്ഥൂലസൂക്ഷ്മപ്രപഞ്ചങ്ങളുടെ ഉള്ളറകളിലേക്ക് കടന്നുകയറുന്നതുവഴി ശാസ്ത്രം തത്ത്വശാസ്ത്രത്തിലെ പഴയ പല പ്രശ്നങ്ങളെയും അപ്രസക്തങ്ങളാക്കിയിട്ടുണ്ട് എന്നതും നേരുതന്നെ. എന്നാൽ തർക്കശാസ്ത്രത്തിന്റെയും വൈരുദ്ധ്യവാദത്തിന്റെയും മേഖലകളിൽ അത് അജയ്യമായി തുടരുന്നുണ്ട്.

വൈരുദ്ധ്യാത്മക രീതിശാസ്ത്രത്തിന്റെ പ്രയോഗം ശാസ്ത്ര ചരിത്രത്തിൽ പ്രത്യക്ഷമാകുന്നത് 1962 ൽ *റ്റി എസ് കൂഹന്റെ* (J S Kuhn) *ദി സ്ട്രക്ചർ ഓഫ് സയന്റിഫിക് റെവല്യൂഷൻസ്* (The structure of scientific revolutions) എന്ന ഗ്രന്ഥം പ്രസിദ്ധീകരിക്കപ്പെട്ടതോടെയാണ്. ശാസ്ത്ര വിപ്ലവങ്ങളുടെ അനിവാര്യതയെയും അതിന്റെ ഉള്ളിൽ പ്രവർത്തിക്കുന്ന സിദ്ധാന്തത്തെയും ആ പുസ്തകം വെളിച്ചത്തു കൊണ്ടുവന്നു. "നിലനില്ക്കുന്നതെന്തും നശിക്കാനുള്ളതാണ്" എന്ന തത്ത്വം ജീവജാലങ്ങൾക്കു മാത്രമല്ല ശാസ്ത്രതത്ത്വങ്ങൾക്കും ബാധകമാണ്. പ്രത്യേകിച്ച് പരമമായ സത്യമെന്ന് ഇന്നു കൊണ്ടാടപ്പെടുന്നവയ്ക്ക്.

വാസ്തവത്തിൽ ശാസ്ത്രജ്ഞന്മാരുൾപ്പെടെയുള്ള തന്റെ സമകാലികരെക്കാൾ പ്രകൃതിശാസ്ത്രത്തോടുള്ള തന്റെ സമീപനത്തിൽ എംഗൽസ് ഏറെ മുന്നിലെത്തിയിരുന്നു. ഭൗതികവസ്തുവിൽനിന്നും ചലനത്തെ (ഊർജ്ജത്തെ) വേറിട്ടു കാണാനാവില്ല എന്ന വിശദീകരിക്കുക മാത്രമല്ല എംഗൽസ് ചെയ്തത്. വിവിധ ശാസ്ത്രശാഖകളെപ്പറ്റിയുള്ള പഠനം യഥാർത്ഥത്തിൽ വിവിധ ഊർജ്ജ രൂപങ്ങളെപ്പറ്റിയുള്ള പഠനമാണെന്ന് അദ്ദേഹം ഊന്നിപ്പറഞ്ഞു. ഊർജ്ജത്തിന്റെ വിവിധ രൂപങ്ങളുടെ ഒരു രൂപത്തിൽനിന്നും മറ്റൊന്നിലേക്കുള്ള വൈരുദ്ധ്യാത്മകതമായ പരിണാമമായാണ് അദ്ദേഹമതിനെ കാണുന്നത്. ഇതാണ് ഘട്ടം ഘട്ടമായ അവസ്ഥാന്തരങ്ങൾ (Phase transitions) എന്ന് അറിയപ്പെടുന്നത്.

ശാസ്ത്രത്തെ അടഞ്ഞ വിവിധ ശാഖകളായി കണ്ടിരുന്ന പഴയ വീക്ഷണത്തെ ഇരുപതാം നൂറ്റാണ്ടിലെ ശാസ്ത്രമുന്നേറ്റം നിരാകരിച്ചു. ശാസ്ത്രത്തിന്റെ ഒരുരൂപത്തിൽനിന്നും മറ്റൊന്നിലേക്കുള്ള വൈരുദ്ധ്യാത്മകമായ അവസ്ഥാന്തരം അംഗീകരിക്കപ്പെട്ടു. സചേതന വസ്തുക്കളും അചേതനവസ്തുക്കളും തമ്മിലുള്ള വ്യത്യാസം ആപേക്ഷികം മാത്രമാണെന്ന് മാർക്സും എംഗൽസും വാദിച്ചപ്പോൾ അക്കാലത്തെ എതിരാളികളിൽനിന്നും ഏറെ വിമർശനം അവർക്ക് ഏല്ക്കേണ്ടിവന്നു. ആദ്യ ജീവന്റെ ആവിർഭാവം ഒരു പ്രത്യേക ഘട്ടത്തിൽ പരിണാമത്തിലുണ്ടായ കുതിച്ചു ചാട്ടം വഴി അജൈവ വസ്തുക്കളിൽ നിന്നുമാണുണ്ടായതെന്ന് അവർ വാദിച്ചു. മൃഗങ്ങളും ചിന്താശേഷിയുള്ള മനുഷ്യരും അവരുടെ ചിന്തകളും വിശ്വാസങ്ങളും എല്ലാം ഭൗതികവസ്തുവിന്റെ പ്രത്യേകരീതിയിലുള്ള സംഘാടനം മാത്രമാണെന്നവർ കണ്ടു.

ഫെയ്ൻമാൻ Feynman ചൂണ്ടിക്കാട്ടിയിട്ടുള്ളതുപോലെ ഇമ്മാനുവൽ കാന്റ് കണ്ട ജൈവവസ്തുക്കളും അജൈവവസ്തുക്കളും തമ്മിൽ നിലനിന്ന അപരിഹാര്യമായ തടസ്സം ഇതോടെ മാറിക്കിട്ടി.

> എല്ലാം കണികകളാൽ (atoms) നിർമ്മിതമാണ്. ഇതാണ് പ്രധാന നിഗമനം. ഉദാഹരണത്തിന് ജീവശാസ്ത്രത്തിലെ പ്രധാനപ്പെട്ട ഒരു നിഗമനമാണ് മൃഗങ്ങൾ ചെയ്യുന്നതൊക്കെ കണികകളും ചെയ്യുന്നതാണ്. വേറൊരുരീതിയിൽ പറഞ്ഞാൽ, കണികകളാൽ നിർമ്മിതമാണെന്ന രീതിയിൽ മാത്രമേ സചേതനവസ്തുക്കളെ കാണാനാവൂ. അതായത് ഊർജ്ജതന്ത്രനിയമങ്ങൾക്കുള്ളിലാണ് അവ പ്രവർത്തിക്കുന്നത്.

ശാസ്ത്രത്തിന്റെ കാഴ്ചപ്പാടിൽ മനുഷ്യർ പ്രത്യേകരീതിയിൽ സംഘടിപ്പിക്കപ്പെട്ട ഒരുകൂട്ടം കണങ്ങളാണ്. എന്നാലവ കേവലമായ ഒരു കൂടിച്ചേരലല്ല. മനുഷ്യൻ സവിശേഷവും സങ്കീർണ്ണവുമായ ജീവരൂപമാണ്. പ്രത്യേകിച്ച് തലച്ചോറും അതിന്റെ പ്രവർത്തനങ്ങളും. അതിനെപ്പറ്റി നാം കൂടുതൽ കൂടുതൽ മനസ്സിലാക്കിവരുന്നതേയുള്ളൂ. മതത്തിന്റെ പഴയ

അത്ഭുതകഥകളെക്കാൾ എത്രയോ അതിശയകരവും മനോഹരവുമാണത്.

അർത്ഥശാസ്ത്രത്തിന്റെ രംഗത്ത് മാർക്സ് വിപ്ലവം സൃഷ്ടിച്ചുകൊണ്ടിരിക്കുമ്പോഴാണ് ജീവശാസ്ത്രരംഗത്തെ വിപ്ലവവുമായി ഡാർവിൻ രംഗപ്രവേശം ചെയ്യുന്നത്. ഡാർവിന്റെ കണ്ടുപിടുത്തം വെറുപ്പിന്റെയും അജ്ഞതയുടെയും കൊടുങ്കാറ്റിളക്കി വിട്ടപ്പോൾ വൈരുദ്ധ്യാത്മക വാദത്തിന്റെ ഉദാത്തമായ സംഭാവനയെന്നുദ്ഘോഷിച്ച് മാർക്സും എംഗൽസും അതിനെ ഉടനെതന്നെ സ്വീകരിക്കുകയാണു ചെയ്തത്. എന്നാൽ ഡാർവിനുപോലും അത് മനസ്സിലായിരുന്നില്ല. സ്വാഭാവികമായ ഈ വിരോധാഭാസത്തിനു കാരണം വൈരുദ്ധ്യാധിഷ്ഠിതവാദത്തിന്റെ നിയമങ്ങൾ എതിരഭിപ്രായമുള്ള ഒരു കണ്ടുപിടുത്തമല്ല മറിച്ച് പ്രകൃതിയിലും സമൂഹത്തിലും യഥാർത്ഥത്തിൽ നിലനില്ക്കുന്ന പ്രക്രിയയുടെ പ്രതിഫലമാണെന്നുള്ളതാണ്.

ഒരു ജീവി വർഗ്ഗത്തിൽ നിന്നും മറ്റൊന്നിലേക്കുള്ള പരിണാമത്തിന്റെ സ്വഭാവം നിർണ്ണയിക്കുന്ന യഥാർത്ഥ പ്രക്രിയ ജനിതകശാസ്ത്രത്തിന്റെ കണ്ടുപിടുത്തത്തോടെ വെളിവായി. മനുഷ്യന്റെ ജനിതകഘടന ഡാർവിന്റെ കണ്ടെത്തലുകൾക്ക് പുതിയ മാനം നല്കി. അതനുസരിച്ച് മനുഷ്യന്റെ ജനിതകഘടന ചെറിയ പ്രാണികളോടു മാത്രമല്ല സൂക്ഷ്മജീവികളായ ബാക്ടീരിയകളോടും പങ്കുവയ്ക്കുന്നതാണ്. താമസിയാതെ ശാസ്ത്രജ്ഞന്മാർക്ക് പരീക്ഷണശാലകളിൽവച്ച് അജൈവ വസ്തുക്കളിൽനിന്നും ജൈവവസ്തുക്കളെ സൃഷ്ടിക്കാമെന്ന് തെളിയിക്കുന്ന കാലം വന്നുചേരും. അതോടെ ദിവ്യനായ സൃഷ്ടാവിന്റെ നിലനില്പിനുള്ള അടിത്തറ തന്നെ ഇളകും.

പുതിയൊരു ജീവിയിലേക്കുള്ള പരിണാമം ക്രമാനുഗതമായി മെല്ലെ നടക്കുന്ന പ്രക്രിയയാണോ അതിവേഗത്തിലുള്ള കുതിച്ചു ചാട്ടത്തിലൂടെ സംഭവിക്കുന്നതാണോയെന്ന് ശാസ്ത്രജ്ഞന്മാർ ഏറെക്കാലം തർക്കിച്ചു. വൈരുദ്ധ്യാധിഷ്ഠിത കാഴ്ചപ്പാടിൽ ഇതുതമ്മിൽ വൈരുദ്ധ്യമില്ല. വളരെക്കാലമായി തന്മാത്രകളിൽ വന്നുകൊണ്ടിരിക്കുന്ന മാറ്റം പ്രത്യേകമായ ഒരുഘട്ടമെത്തുമ്പോൾ ഒരു കുതിച്ചുചാട്ടമാകും.

പ്രകൃതി വൈരുദ്ധ്യാധിഷ്ഠിതമായാണ് പ്രവർത്തിക്കുന്നതെന്ന് പരിണാമസിദ്ധാന്തം കണ്ടെത്തിയതായി മാർക്സും എംഗൽസും വിശ്വസിച്ചു. അതായത് വൈരുദ്ധ്യാധിഷ്ഠിതമായ വികാസത്തിൽ മൂന്നുപതിറ്റാണ്ടുകൾക്കുമുമ്പ് ഈ വാക്കുകൾക്ക് ബ്രിട്ടീഷ് മ്യൂസിയത്തിൽനിന്നും ശക്തമായൊരു പിന്തുണകിട്ടി. നൂറ്റാണ്ടുകളുടെ നിശ്ശബ്ദതയെ ഭേദിച്ചുകൊണ്ട് തീഷ്ണമായൊരു ചർച്ച അവിടെ നടന്നു. ഗുണപരമായ കുതിച്ചുചാട്ടം എന്ന ആശയത്തെ ചിലർ പ്രതിരോധിച്ചത് ബ്രിട്ടീഷ് മ്യൂസിയത്തിലേക്കുള്ള മാർക്സിസ്റ്റ് നുഴഞ്ഞുകയറ്റം എന്നു വിശേഷിപ്പിച്ചാണ്.

എന്തൊക്കെയായാലും ആധുനിക ജീവശാസ്ത്രത്തിന് പരിണാമം സാവധാനത്തിലും രേഖീയമായും അവിരാമമായും നടക്കുന്ന പ്രക്രിയ

യാണെന്നും കുതിച്ചുചാട്ടങ്ങളൊന്നും ഇല്ലെന്നുമുള്ള പഴയ ആ വാദം തിരുത്തേണ്ടിവന്നു. 1982 ഏപ്രിൽ 17 നു പുറത്തുവന്ന *ഇക്കണോമിക്സ്* വാരികയിൽ ഡാർവിന്റെ 100–ാം ജന്മദിനാഘോഷത്തോടനുബന്ധിച്ചു പ്രസിദ്ധീകരിച്ച ലേഖനത്തിൽ ഇങ്ങനെ എഴുതിക്കണ്ടു.

> ചെറിയ തോതിലും ക്രമമായുള്ളതുമായ പ്രകാരാന്തരീകരണങ്ങൾ (Mutations) വികാസത്തിന്റെ സവിശേഷമായൊരു ഘട്ടത്തിൽ വിപ്ലവകരമായ കുതിച്ചുചാട്ടങ്ങൾക്ക് വിധേയമാവുന്നു എന്ന കാര്യം വ്യക്തമാണ് (ഉദാഹരണത്തിന് ചില ജീനുകളുടെ പ്രവർത്തനങ്ങളിലുണ്ടാകുന്ന ചില മാറ്റങ്ങൾ ചിലപ്പോൾ തലച്ചോറിന്റെ വലിപ്പത്തെ വർദ്ധിപ്പിക്കുന്നതായി കാണാം. ക്രമത്തിലും സാവധാനത്തിലുമുള്ള രൂപാന്തരീകരണങ്ങൾക്ക് പല ജീനുകളും വിധേയമായിക്കൊണ്ടിരിക്കുന്നു എന്നതിന് ഏറിയ തോതിൽ തെളിവുകൾ ലഭിച്ചുവരുന്നു. സുദീർഘമായൊരു കാലയളവിൽ ക്രമത്തിലും സാവധാനത്തിലുമാണോ ജീവജാലങ്ങൾക്ക് രൂപാന്തരീകരണം സംഭവിക്കുന്നത് അതോ ദീർഘകാലത്തേക്ക് മാറ്റങ്ങളൊന്നും സംഭവിക്കാതെ തുടരുകയാണോ അല്ലെങ്കിൽ പെട്ടെന്നുള്ള കുതിച്ചുചാട്ടത്തിലൂടെ പൊടുന്നനെ രൂപാന്തരീകരണം സംഭവിക്കുകയാണോയെന്ന് ജീവശാസ്ത്രജ്ഞന്മാർക്കിടയിൽ നിലനിന്നിരുന്ന വലിയൊരു തർക്കം ഇതോടെ പരിഹരിക്കപ്പെട്ടിരിക്കുന്നു. എന്നാൽ രണ്ടുതരത്തിലുള്ള രൂപാന്തരീകരണവും സംഭവിച്ചേക്കാം.

പരിണാമം ക്രമേണയാണ് സംഭവിക്കുന്നതെന്നും അതിനു കാരണം ജീവകോശങ്ങളുടെ രൂപാന്തരീകരണം ഓരോ ജീവകോശങ്ങളുടെയും തെരഞ്ഞെടുപ്പിനെ ആസ്പദമാക്കിയാണ് നിലകൊള്ളുന്നത് എന്നുമാണ്. പരിണാമ സിദ്ധാന്തത്തിന്റെ പഴയ കാഴ്ചപ്പാട് (Phyletic gradualism) എന്നാൽ സ്റ്റീഫൻ ജെ ഗൗൾഡും (Stephan Jay Gould) നീൽസ് എൽഡ്രിജ്ജും (Niles Eldrige) മുന്നോട്ടുവച്ച നിയന്ത്രിത സ്ഥിരത (Punctuated Equilibrium) എന്ന തത്ത്വമനുസരിച്ച് ജീവകോശങ്ങളിലെ മാറ്റം പെട്ടെന്നുള്ള കുതിച്ചുചാട്ടം വഴിയാണ് സംഭവിക്കുക. സന്ദർഭവശാൽ സ്റ്റീഫൻ ജെ ഗൗൾഡ് ചൂണ്ടിക്കാട്ടിയതുപോലെ ശാസ്ത്രജ്ഞന്മാർ എംഗൽസ് മനുഷ്യന്റെ ആവിർഭാവത്തെക്കുറിച്ച് എഴുതിയത് വായിച്ചിരുന്നെങ്കിൽ അവർക്ക് ഒരു നൂറ്റാണ്ടു നീണ്ടുനിന്ന പിശക് തിരുത്താനാകുമായിരുന്നു.

രാഷ്ട്രങ്ങൾ പാപ്പരാകുന്നു

രണ്ടായിരത്തിയെട്ടിലെ സാമ്പത്തിക തകർച്ചയുടെ ആദ്യഘട്ടം വൻകിട ബാങ്കുകളുടെ കൃത്യവിലോപത്തിൽനിന്നാണ് തുടങ്ങുന്നത്. അമേരിക്കയിലെയും ലോകത്തിലെ ഇതര രാജ്യങ്ങളിലെയും ബാങ്കിങ് സംവിധാനത്തെയാകെ പ്രതിസന്ധിയിൽനിന്നും കരകയറ്റിയത് അവിടേക്ക് കോടാനുകോടി ഡോളറും യൂറോയും ഭരണകൂടങ്ങൾ പമ്പ് ചെയ്തുകൊണ്ടാണ്. അപ്പോഴും ഒരു ചോദ്യം ബാക്കിയാകുന്നു. കമ്പോളത്തെ സ്വതന്ത്രമാക്കിവിട്ടാൽ അത് എല്ലാ പ്രശ്നങ്ങളും സ്വയം പരിഹരിച്ചുകൊള്ളും എന്ന പഴയ കാഴ്ചപ്പാടിന് എന്തുപറ്റി? സമ്പദ് വ്യവസ്ഥയിൽ സർക്കാരുകൾ ഇടപെടേണ്ടതില്ല എന്ന കാഴ്ചപ്പാടിനും എന്താണു സംഭവിച്ചത്?

വൻതോതിൽ പൊതു ഖജനാവിലെ പണം പമ്പു ചെയ്യപ്പെട്ടിട്ടും പ്രശ്നത്തിന് പരിഹാരമുണ്ടായില്ല. യഥാർത്ഥത്തിൽ സംഭവിച്ചതെന്തെന്നാൽ ബാങ്കുകളുടെ ഭീമമായ കമ്മിയുടെ സ്ഥാനത്ത് പൊതുധനപരിപാലന മേഖലയിൽ (Public Finance) വൻ വിള്ളലാണുണ്ടായത്. ഇത് ആരുടെ ചെലവിൽ വീട്ടിത്തീർക്കും? ധനപ്രതിസന്ധികൾക്ക് ആദ്ധ്യക്ഷം വഹിച്ച വൻകിട ബാങ്കിങ് കുത്തകകളിലെ ഡയറക്ടറന്മാരും ഉയർന്ന ഉദ്യോഗസ്ഥരും തങ്ങളുടെ രമ്യഹർമ്മ്യങ്ങളിൽ സുഖലോലുപരായി വസിക്കുന്നത് സാധാരണക്കാരുടെ ചോരനീരാക്കിയുണ്ടാക്കിയ പണത്തിന്മേലാണത്.

സാമ്പത്തിക വിദഗ്ദ്ധരും രാഷ്ട്രീയക്കാരും ശക്തിയായി എതിർക്കുന്ന ഈ കമ്മി നികത്തുന്നത് പാവപ്പെട്ടവരിൽ പാവപ്പെട്ടവരുടെ ചെലവിലാണ്. പെട്ടെന്ന് വാർദ്ധക്യകാലസഹായങ്ങളും ചികിത്സാ സഹായങ്ങളും തൊഴിലില്ലായ്മാവേതനവും നിലച്ചു. എന്നാൽ ബാങ്കർമാർക്ക് ധൂർത്തടിക്കാൻ

ആവശ്യത്തിലേറെ പണമുണ്ട്. സ്ഥിരമായ സാമ്പത്തിക നിയന്ത്രണം നിലവിൽ വന്നു. എന്നാൽ ഇതുമൂലം പുതിയ വൈരുദ്ധ്യങ്ങൾ തല പൊക്കി. ചോദന (demand) കുറഞ്ഞതോടെ കമ്പോളം വീണ്ടും ചുരുങ്ങി. അതുമൂലം ഉല്പന്നങ്ങൾ കെട്ടിപ്പടുക്കുന്ന സ്ഥിതിവിശേഷം സംജാതമായി.

പുതിയതരം പ്രതിസന്ധി രൂപപ്പെടുന്നതായി സാമ്പത്തിക ശാസ്ത്രജ്ഞന്മാർ പ്രവചിക്കുന്നു. സർക്കാരും പണവും പ്രതിസന്ധിയിലാകുമ്പോൾ ലോക സമ്പദ് വ്യവസ്ഥയാകെ പ്രതിസന്ധിയിലാകും. കമ്മി കുറയ്ക്കണമെന്ന വായ്ത്താരികൾ മുഴങ്ങുന്നുണ്ട്. പെരുകി വരുന്ന കടം വീട്ടാനാകാത്ത അവസ്ഥയിൽ രാജ്യങ്ങൾ എത്തിച്ചേരും. ഈ വസ്തുതയ്ക്ക് മകുടോദാഹരണമാണ് ഗ്രീസ്. പ്രതിസന്ധിയുടെ ആഴം കൂടാനായിരിക്കും സാദ്ധ്യത. ജീവിതനിലവാരം ഇടിയും. ബഹുഭൂരിപക്ഷം പേരും പൊരുത്തപ്പെടാൻ പാടുപെടും. അവർ കൊടുംപട്ടിണിയിലേക്കെടുത്തെറിയപ്പെടും. ഈ സാഹചര്യം ഉയർന്ന നിലവാരത്തിലുള്ള വർഗ്ഗസമരങ്ങൾക്ക് വഴിയൊരുക്കും. ഇത് ലോകത്താകമാനമുള്ള മുതലാളിത്ത പ്രതിസന്ധിതന്നെയാണ്.

ചില ദുർബ്ബല മനസ്കർ ചോദിച്ചേക്കും, സോഷ്യലിസം അനുവാര്യമെങ്കിൽ അതിനായി പോരാടുന്നതെന്തിന്? യഥാർത്ഥത്തിൽ ആ വിധി വിശ്വാസിപോലും വിപ്ലവകാരിയായി മാറപ്പെടാം. പതിനേഴാം നൂറ്റാണ്ടിലെ കാൽവിനിസ്റ്റുകൾ ഏറ്റവും കടുത്ത വിധിവാദികളായിരുന്നു. അവർ വിശ്വസിച്ചത് ഓരോ മനുഷ്യന്റെയും ഭാഗദേയത്വം അവന്റെ ജനന സമയത്തു തന്നെ നിശ്ചയിക്കപ്പെട്ടിരിക്കുന്നു എന്നാണ്. എന്നിട്ടും ഈ വിധിവാദികൾക്ക് ഫ്യൂഡലിസത്തിനെതിരെ വിപ്ലവകരമായ നിലപാടെടുത്ത് പോരാടേണ്ടി വന്നു. അവർ ജീർണ്ണതയിലേക്കു മുതലക്കൂപ്പുകുത്തുകയായിരുന്ന കത്തോലിക്കാ പള്ളിക്കെതിരായും അലാപം ചെയ്തു. അവരുടെയിടയിലുണ്ടായ നീതിബോധം അവരെ പോരാട്ടത്തിലേക്കു നയിച്ചു. അവരുടെ ലക്ഷ്യസാക്ഷാൽക്കാരത്തിനായി അവർ വീറോടെ പൊരുതി.

പഴയ സമൂഹം നശിക്കുകയാണ്. പുതിയ സമൂഹം പിറക്കാനായി യത്നിക്കുന്നു. പഴയ സമൂഹത്തിന്റെ ഏറ്റവും വലിയ ഗുണഭോക്താക്കൾ അതിന്റെ അനിവാര്യമായ തകർച്ചയെ അംഗീകരിച്ചുതരില്ല. അതിന്റെ നാശം ഉറപ്പായാൽ അവർ നാശത്തിന്റെ പടുകുഴിയിലേക്ക് മറ്റുള്ളവരെയും പിടിച്ചുവലിക്കും. മുതലാളിത്തത്തിന്റെ മരണപ്പിടച്ചിൽ നീണ്ടുപോകുന്നത് സംസ്കാരത്തിനും നാഗരികതയ്ക്കും കൊടിയ ഭീഷണിയാണ്. പുതിയൊരു സമൂഹത്തിന്റെ പിറവിക്കായി യത്നിക്കുകയാണ് നമ്മുടെ കടമ. അത്തരമൊരു പരിവർത്തനം വേഗത്തിലും പരമാവധി വേദനകൂടാതെയുമാകണം. മനുഷ്യവർഗ്ഗത്തിന് കാര്യമായ ഒരു കോട്ടവും അതുവഴി ഉണ്ടാകുകയുമരുത്.

മാർക്സിസത്തിന്റെ ശത്രുക്കൾ പ്രചരിപ്പിക്കുന്നതിനു വിരുദ്ധമായി

അവർ അക്രമം പ്രോത്സാഹിപ്പിക്കുന്നില്ല. എന്നാൽ നാം യാഥാർത്ഥ്യ ബോധമുള്ളവരുമാണ്. അവസാനത്തെ പതിനായിരം വർഷത്തെ ചരിത്രം പരിശോധിച്ചാൽ ഭരണവർഗ്ഗം അതിന്റെ സമ്പത്തും അധികാരവും പദവികളും സ്വമേധയാ കൈയൊഴിഞ്ഞതായി കാണുകയില്ല. അപ്പോൾ പോരാട്ടം അനിവാര്യമാകും. അതിനർത്ഥം ഒരു സമരരൂപവും അപ്രസക്തമല്ല എന്നാണ്. അതുതന്നെയാണ് ഇപ്പോഴത്തെയും സ്ഥിതി. ജീർണ്ണാവസ്ഥയിലുള്ള മുതലാളിത്തമാണ് ലോകത്താകെ ഭീകരമായ അക്രമം അഴിച്ചുവിടുന്നത്. അക്രമത്തിന്റെ സാദ്ധ്യതകൾ കുറയ്ക്കുന്നതിനും യുദ്ധവും ദുരന്തങ്ങളും അവസാനിപ്പിക്കുന്നതിനും സോഷ്യലിസത്തിലേക്കുള്ള പരിവർത്തനം സമാധാനപൂർവ്വമാക്കാനുമുള്ള മുൻ ഉപാധി അന്ത്യം വരെയും പോരാടാനുറച്ച തൊഴിലാളി വർഗ്ഗത്തിന്റെ സംഘശക്തിയാണ്.

എല്ലാ റോഡുകളും നാശത്തിലേക്കു നയിക്കുന്നു

എല്ലാർക്കും സമൃദ്ധി മുതലാളിത്തം വാഗ്ദാനം ചെയ്യുന്നു. എന്നാൽ അത് നല്കുന്നതോ കൊടിയ വിശപ്പും ദാരിദ്ര്യവും മാത്രം. അതിസമ്പന്നരായവർ നിത്യേനയെന്നോണം ശക്തിപ്പെടുകയും ചെയ്യുന്നു. സുരക്ഷിതമല്ലാത്ത ഭാവിയെപ്പറ്റിയുള്ള ഭീതി സകലരിലുമുണ്ട്. അതിനുള്ള കാരണമാകട്ടെ യുക്തിസഹമായ തീരുമാനങ്ങളല്ല. മറിച്ച് കമ്പോളത്തിന്റെ ഉയർച്ചതാഴ്ചകളാണ്.

സാമ്പത്തിക പ്രതിസന്ധികളും കൂട്ടായ തൊഴിലില്ലായ്മയും തുടർച്ചയായ സാമൂഹ്യരാഷ്ട്രീയ സംഘർഷങ്ങളും പല കാര്യങ്ങളെയും കീഴ്മേൽ മറിച്ചു. മാറ്റമില്ലാത്തതെന്നു കരുതിയവയൊക്കെയും ഒറ്റരാത്രി കൊണ്ട് അലിഞ്ഞുപോയി. സാധാരണമെന്നു കരുതിയിരുന്നതിനെയൊക്കെ ജനങ്ങൾ ചോദ്യം ചെയ്യാൻ തുടങ്ങുന്നു. തുടർച്ചയായ ഈ അസ്വസ്ഥതകൾ വിപ്ലവത്തിനായുള്ള മന:ശാസ്ത്ര പരിസരമൊരുക്കും. ജനങ്ങൾക്കു മുന്നിൽ മറ്റെല്ലാ സാദ്ധ്യതകളും അടഞ്ഞുപോകും. ഇതിന്റെ പ്രാവർത്തിക രൂപം മനസ്സിലാക്കാനായി ഒരാൾ സമകാലിക ഗ്രീസിലേക്കു നോക്കിയാൽ മതി.

മുതലാളിത്ത വ്യവസ്ഥ പ്രതിസന്ധിയിലാണെന്ന് എല്ലാർക്കും അറിയാം. എന്നാൽ എന്താണതിന് മറുമരുന്ന്? മുതലാളിത്ത അരാജകാവസ്ഥയാണെങ്കിൽ അത് പ്രതിസന്ധിയിൽ തകരും. അതുകൊണ്ട് പ്രതിസന്ധി ഒഴിവാക്കാനായി മുതലാളിത്ത വ്യവസ്ഥയെത്തന്നെ അവസാനിപ്പിച്ചാലോ എന്ന് ഒരാൾക്കു ചിന്തിക്കാം. നിങ്ങൾ എന്നു പറഞ്ഞാൽ ബി എന്നും സി എന്നും ഡി എന്നും പറയണം. എന്നാൽ അതിനു വിസമ്മതിക്കുകയാണ് സാമ്പത്തിക ശാസ്ത്രജ്ഞന്മാർ ചെയ്യുന്നത്.

അമിതോല്പാദന പ്രതിസന്ധി മറികടക്കാൻ മുതലാളിത്തത്തിന്

മുന്നിൽ പോംവഴികളൊന്നും തന്നെയില്ലേ? തീർച്ചയായും ഉണ്ട്. ലാഭം കൂട്ടാനായി പലിശ നിരക്കു കുറച്ചുകൊടുക്കുക. അതുവഴി നിക്ഷേപവും വർദ്ധിക്കും. എന്നാൽ പലിശനിരക്ക് ഇപ്പോൾതന്നെ പൂജ്യത്തിനടുത്താണ്. അതിലും കുറയുകയെന്നാൽ പലിശനിരക്ക് എതിർദിശയിലേക്ക് (negative) പോവുകയാണെന്നർത്ഥം. അതായത് പണം കടം വാങ്ങാനായി ബാങ്കുകൾക്ക് പണം നല്കുകയെന്നർത്ഥം. അത് ഭ്രാന്തമായി തോന്നാം. എന്നാൽ ബാങ്കുകൾ അതും ആലോചിക്കുന്നുണ്ട്. അവർ പരിഭ്രാന്തരായി കഴിഞ്ഞിരിക്കുന്നു

മറ്റൊരു മാർഗ്ഗം സർക്കാർ ചെലവുകൾ വർദ്ധിപ്പിക്കുകയാണ്. ഇതു തന്നെയാണ് കെയ്നീഷ്യന്മാരും പരിഷ്കരണവാദികളും പറയുന്നത്. ഇത് സ്വതന്ത്രകമ്പോളവാദത്തിന്റെ പാപ്പരത്തത്തെ കുറിക്കുന്നു. സ്വകാര്യ മേഖല ദുർബ്ബലമായിരിക്കുന്നു. അക്ഷരാർത്ഥത്തിൽ പാപ്പരായിരിക്കുന്നു. നേരെ നടക്കാൻ ഊന്നുവടി ഉപയോഗിക്കുന്ന മുടന്തനെപ്പോലെയാണ് അവ. എന്നാൽ ഈ സാദ്ധ്യതയും പ്രതിസന്ധിയിൽനിന്നും പുറത്തേക്കുള്ള വഴി തുറന്നുകൊടുക്കുന്നില്ല.

ബാങ്കുകളും വൻകുത്തകകളും ഇപ്പോൾ നിലനില്പിനായി സർക്കാരുകളെ ആശ്രയിക്കുന്നു എന്ന കാര്യം വ്യക്തമാണ്. ഒരിക്കൽ, സർക്കാർ ഭരിച്ചാൽ മാത്രംമതി സമ്പദ് വ്യവസ്ഥയിൽ പ്രത്യേകിച്ച് പങ്കൊന്നും വഹിക്കേണ്ടതില്ലെന്നു വിളിച്ചുകൂവിയ അതേ മനുഷ്യർ തന്നെയാണ് സർക്കാരിൽനിന്നും വലിയ തുക ആവശ്യപ്പെടുന്നത്. അപ്പോൾത്തന്നെ സർക്കാരുകൾ ബ്ലാങ്ക് ചെക്ക് നല്കുന്നു! ട്രില്യൻ കണക്കിന് പൗണ്ട് പൊതു പണം ഈ ബാങ്കുകൾക്ക് കൈമാറുന്നു. ആ തുക ഏകദേശം 14 ട്രില്യൻ ഡോളർ വരും. എന്നിട്ടും പ്രതിസന്ധി രൂക്ഷമാവുക മാത്രം. ഇതെല്ലാം കൊണ്ട് കഴിഞ്ഞ നാലുവർഷമായി ബാങ്കുകളുടെ ധനസ്ഥിതിയിൽ വീണ കറുത്ത തുള പൊതു ധനസ്ഥിതിയിൽ വീണ തുളയായി മാറുന്നു. ബാങ്കുകളെ രക്ഷിച്ചെടുക്കാൻ എല്ലാരും ത്യാഗത്തിനു തയ്യാറാകണം. എന്നാൽ ബാങ്കർമാരും മുതലാളിമാരും ഒരു ത്യാഗവും ചെയ്യേണ്ടിവരുന്നില്ല. നികുതി ദായകരുടെ പണം കൊണ്ട് രമ്യഹർമ്യങ്ങളിൽ അവർ സസുഖം വാഴുന്നു. ഇതിനെയാണ് തലതിരിഞ്ഞ റോബിൻവുഡ് എന്ന് പറയുന്നത്.

വൻതോതിലുള്ള കമ്മിയുടെയർത്ഥം സർക്കാർ ചെലവുകൾ വർദ്ധിപ്പിക്കണമെന്ന കെയ്നീഷ്യൻ വാദം അതിന്റെ ഭാരം കൊണ്ടുതന്നെ നിലം പതിച്ചു എന്നാണ്. കൈയിലില്ലാത്ത പണം സർക്കാർ എങ്ങനെയാണ് ചെലവഴിക്കുന്നത്? കൂടുതൽ നോട്ടടിച്ചിറക്കുക എന്ന പോംവഴി മാത്രമേ സർക്കാരിനു മുമ്പിലുള്ളൂ. സാങ്കല്പിക മൂലധനം പ്രവഹിക്കുന്നതോടെ സമ്പദ് വ്യവസ്ഥ വരവുകുറഞ്ഞു കുറഞ്ഞുവരുന്ന സാമ്പത്തിക നിയമത്തിന് (Law of diminishing returns) ഇരയാകും. പൊണ്ണത്തടിയൻ അതേ ഫലം കിട്ടാൻ ഗുളികകൾ കൂടി കഴിക്കുന്ന ഫലമാണിതുളവാക്കുന്നത്. ഈ പ്രക്രിയയ്ക്കിടയിൽ അവർ വ്യവസ്ഥിതിയിൽ വിഷം നിറച്ച് അതിന്റെ ആരോഗ്യാവസ്ഥയെ തകർക്കുന്നു.

ഭാവിയിൽ നാണ്യപ്പെരുപ്പത്തിൽ എത്തിച്ചേരുന്ന കടുത്ത നടപടികളാണിത്. കൂടുതൽ വലിയ സാമ്പത്തിക കുഴപ്പത്തിലേക്കായിരിക്കും ഇതു കൊണ്ടുചെന്നെത്തിക്കുന്നത്. മുതലാളിത്തം മുൻകാലങ്ങളിൽ കൈക്കൊണ്ട പരിധികടന്ന നടപടികളുടെ ഭാഗമായാണിതു സംഭവിക്കുന്നത്. ഈ സാമ്പത്തിക മാന്ദ്യത്തെ മാറ്റിവയ്ക്കാനായി മുതലാളിത്തം അതിനു പ്രയോഗിക്കാവുന്ന തന്ത്രങ്ങൾ ഒക്കെ പ്രയോഗിച്ചു. അതുകൊണ്ടാണ് ഇപ്പോഴത്തെ പ്രതിസന്ധി കൂടുതൽ ആഴത്തിലുള്ളതായത്. കാൾ മാർക്സ് *കമ്യൂണിസ്റ്റു മാനിഫെസ്റ്റോയിൽ* ചൂണ്ടിക്കാട്ടിയതുപോലെ കൂടുതൽ വ്യാപകവും വിനാശകരവുമായ പ്രതിസന്ധിക്ക് വഴിതുറന്നു കൊണ്ടും പ്രതിസന്ധികളെ തടയാനുള്ള മാർഗ്ഗങ്ങൾ അധികമധികം അടച്ചുകൊണ്ടുമാണ് ബൂർഷ്വാസി പ്രതിസന്ധി മറികടക്കാൻ ശ്രമിക്കുന്നത്.

പള്ളിയുടെ സുവർണ്ണകാലത്ത് എല്ലാ പാതകളും റോമിലേക്കു നയിക്കുന്നു എന്നാണവർ പറഞ്ഞിരുന്നത്. ഇന്നു ബൂർഷ്വാസിക്ക് പുതിയ മുദ്രാവാക്യമാണുള്ളത്. എല്ലാ പാതകളും നാശത്തിലേക്കു കടന്നു. ലോകത്തെയാകെ കൂട്ടക്കുഴപ്പത്തിലേക്കാക്കിക്കൊണ്ടും കോടിക്കണക്കിനു മനുഷ്യരെ തൊഴിൽരഹിതരാക്കിക്കൊണ്ടും ദാരിദ്ര്യവും കടുത്ത നിരാശയും വ്യാപകമാക്കിക്കൊണ്ടും യുവതീയുവാക്കളുടെ ഭാവിപ്രതീക്ഷകളെ തല്ലിക്കെടുത്തിക്കൊണ്ടും ആരോഗ്യവും വിദ്യാഭ്യാസവും പാർപ്പിടവും നശിപ്പിച്ചുകൊണ്ടും കടന്നുവരുന്ന പ്രതിസന്ധിക്ക് സാമൂഹ്യവും രാഷ്ട്രീയവുമായ പ്രതിസന്ധിയിൽനിന്നും ഒഴിഞ്ഞുനില്ക്കാനാകുമെന്ന് ചിന്തിക്കാനേ കഴിയില്ല. മുതലാളിത്ത പ്രതിസന്ധി വിപ്ലവസാഹചര്യം ലോകത്തെമ്പാടും സൃഷ്ടിച്ചുകൊണ്ടിരിക്കുകയാണ്.

ഇപ്പോഴിത് വെറുമൊരു സൈദ്ധാന്തിക നിലപാടുമാത്രമല്ല. യാഥാർത്ഥ്യമാണ്. ചുരുങ്ങിയകാലത്തെ അനുഭവങ്ങൾ മാത്രം പരിശോധിക്കൂ. ലോകത്താകമാനം വിപ്ലവ പ്രസ്ഥാനങ്ങൾ ശക്തിപ്പെടുന്നതായി കാണാം. ട്യൂണീഷ്യ, ഈജിപ്ത്, ഗ്രീസ്, സ്പെയിൻ, അമേരിക്കയിൽപോലും വാൾസ്ട്രീറ്റ് പിടിച്ചടക്കൽ സമരവും വിസ്കോൺസിനിയിൽ (Wiscon-sin) നടന്ന കൂട്ട പ്രതിഷേധങ്ങളും നടന്നു.

ഇപ്പോൾ അരങ്ങേറുന്ന നാടകീയമായ സംഭവങ്ങൾ മുതലാളിത്ത പ്രതിസന്ധി സൃഷ്ടിക്കുന്ന ആഗോള തിരിച്ചടികളിൽ നിന്നാണുയർന്നുവരുന്നത്. കൂടുതൽ കൂടുതൽ മനുഷ്യർ വിപ്ലവകരമായ നിഗമനങ്ങളിൽ എത്തിച്ചേരുന്നു. ചെറിയൊരു ന്യൂനപക്ഷം ഭൂമിയും ബാങ്കുകളും വൻകിട കോർപ്പറേഷനുകളും കൈപ്പിടിയിൽവച്ച് മൗലിക തീരുമാനങ്ങൾ കൈക്കൊണ്ടാൽ അത് കോടിക്കണക്കിനു മനുഷ്യരുടെ ജീവിതത്തെയും ഭാഗധേയത്തെയുമാകും നിർണ്ണയിക്കുക.

പണക്കാരും പാവപ്പെട്ടവരും തമ്മിലുള്ള വിടവ് ഭീകരമാംവിധം വർദ്ധിക്കുന്നതിന്റെ ഫലമായി സാമൂഹ്യാസ്വാസ്ഥ്യങ്ങൾ പെരുകുന്നു. സന്തുലിതാവസ്ഥയ്ക്ക് മാറ്റം വരുന്നു. വർഗ്ഗങ്ങൾ തമ്മിലുള്ള സാമൂഹ്യ പങ്കാളിത്തവും സമാധാനവുമെന്ന പഴയ സോഷ്യൽ ഡെമോക്രാറ്റിക് സ്വപ്നം

തകർന്നു തരിപ്പണമായി. വാൾസ്ട്രീറ്റ് പിടിച്ചടക്കൽ സമരകാലത്ത് ഉയർന്നുകേട്ട ഈ മുദ്രാവാക്യത്തിൽ ഇതു പ്രതിഫലിക്കുന്നതുകാണാം. "ഒരു ശതമാനത്തിന്റെ അത്യാർത്തിക്കും അഴിമതിക്കുമായി 99% പേരും സഹിക്കണമെന്ന കാര്യം ഇനി നടപ്പില്ല. അക്കാര്യത്തിൽ നമുക്കെല്ലാം യോജിപ്പാണ്."

എന്നാൽ ലക്ഷ്യത്തെപ്പറ്റി ഈ പ്രസ്ഥാനങ്ങൾക്ക് ആശയക്കുഴപ്പമുണ്ട്. അവർക്ക് ലക്ഷ്യബോധമുള്ള ഒരു പരിപാടിയോ ശക്തമായ നേതൃത്വമോ ഇല്ല. എന്നാൽ ഈ പ്രതിഷേധങ്ങൾക്കും രോഷപ്രകടനങ്ങൾക്കും ഉള്ളിൽനിന്നുതന്നെ അതിനുള്ള വഴികൾ തെളിഞ്ഞുവരും. അവയെല്ലാം തീർച്ചയായും മുതലാളിത്തവിരുദ്ധ പ്രസ്ഥാനങ്ങളാകയാൽ മുതലാളിത്തത്തെ തകർത്തെറിയേണ്ടതിന്റെ ആവശ്യകത കൂടുതൽ കൂടുതൽ പേർക്ക് ബോദ്ധ്യപ്പെടുകതന്നെ ചെയ്യും. മാർക്സ് വിശദീകരിച്ചതുപോലെ ഉല്പാദനശക്തി ഉല്പാദനത്തിലെ ചരിത്രത്തിൽ അത്ഭുതകരമായ വികാസമാണ് കൈവരിച്ചിട്ടുള്ളത്. എന്നിട്ടും ഭരണവർഗ്ഗ പ്രത്യയശാസ്ത്രത്തിന് അതിന്റെ ഏറ്റവും വിപ്ലവകരമായ ഘട്ടത്തിൽപോലും ഉല്പാദനത്തിനും സാങ്കേതിക വിദ്യക്കും ശാസ്ത്രത്തിനും ഒപ്പമെത്താനായിട്ടില്ല.

സംസ്കാരത്തിനും ഭീഷണി?

ശാസ്ത്ര സാങ്കേതികരംഗത്തെ പുരോഗതിയും പ്രത്യയശാസ്ത്ര രൂപങ്ങളുടെ വികാസത്തിനുള്ള അസാധാരണമായ കാലതാമസവും ലോകത്തിലെ ഏറ്റവും വികസിതരാജ്യമായ അമേരിക്കയിൽ പ്രകടമാണ്. ഈ രാജ്യമാണ് ശാസ്ത്രത്തിന്റെ കണ്ണഞ്ചിപ്പിക്കുന്ന നേട്ടങ്ങൾ കൈവരിച്ചത്. മനുഷ്യവിമോചനത്തിനും ദാരിദ്ര്യവും നിരക്ഷരതയും നിർമ്മാർജ്ജനം ചെയ്യുന്നതിനും രോഗങ്ങളെ അതിജീവിക്കുന്നതിനും ബോധപൂർവ്വമായ പദ്ധതികളിലൂടെ പ്രകൃതിശക്തികളെ മറികടക്കാനും സാങ്കേതിക രംഗത്തെ പുരോഗതി അനിവാര്യമാണ്. ഭൂമി മാത്രമല്ല ബഹിരാകാശവും കീഴടക്കാനുള്ള പാത നീണ്ടുകിടക്കുന്നു. എന്നിട്ടും സാങ്കേതിക വിദ്യയിൽ ഏറ്റവും മുന്നേറിയ അമേരിക്കൻ ഐക്യനാടുകളിലാണ് ഏറ്റവും പ്രാകൃതമായ അന്ധവിശ്വാസങ്ങൾ പ്രബലമായിരിക്കുന്നത്. പത്തിൽ ഒമ്പത് അമേരിക്കക്കാരും ഈശ്വരവിശ്വാസികളും പത്തിൽ ഏഴു പേരും മരണാനന്തരജീവിതത്തിൽ വിശ്വസിക്കുന്നവരുമാണ്.

1968 ലെ ക്രിസ്തുമസ് ദിനത്തിൽ ചന്ദ്രനിൽ ആദ്യമായി ഒരു മനുഷ്യൻ കാലുകുത്തി. അമേരിക്കക്കാർക്കായി ആ മനുഷ്യൻ നല്കിയ ആദ്യ സന്ദേശത്തിൽ ലോകസാഹിത്യത്തിൽനിന്നും *ബൈബിളി*ലെ ഉല്പത്തി പുസ്തകമാണദ്ദേഹം തെരഞ്ഞെടുത്തത്. ഏറ്റവും ആധുനികമായ ബഹിരാകാശ പേടകത്തിൽ കമ്പ്യൂട്ടറുകളുടെയും ആധുനിക സാങ്കേതികവിദ്യയുടെ അകമ്പടിയോടെ സഞ്ചരിക്കുമ്പോൾ അദ്ദേഹം ഉരുവിട്ടവാക്ക് "ആദ്യം ദൈവം സ്വർഗ്ഗവും ഭൂമിയും സൃഷ്ടിച്ചു" എന്നായിരുന്നു. അതും ഡാർവിന്റെ മരണത്തിനും 130 വർഷങ്ങൾക്കൊടുവിൽ! *ബൈബിൾ* വചനങ്ങൾ അക്ഷരം പ്രതി ശരിയാണെന്നു വിശ്വസിക്കുന്ന അമേരിക്കക്കാർ ഇന്നും ഏറെയുണ്ട്. പരിണാമ സിദ്ധാന്തത്തിനുപകരം ഉല്പത്തി പുസ്ത

കമാണ് പാഠ്യപദ്ധതിയിൽ ഉൾപ്പെടുത്തേണ്ടതെന്ന് അവർ കരുതുന്നു. സൃഷ്ടിവാദത്തിന് കൂടുതൽ കൂടുതൽ സ്വീകാര്യത ലഭിക്കുന്നു. സൃഷ്ടിവാദത്തെ അതിന്റെ പ്രചാരകർ ബുദ്ധിപരമായ രൂപകല്പന (Intelligent design) എന്ന പുതിയപേരിലാണ് അവതരിപ്പിക്കുന്നത്. അപ്പോൾ ഒരു ചോദ്യം സ്വാഭാവികമായും ഉയർന്നുവരും. ഈ മഹത്തായ രൂപകല്പനാ വിദഗ്ദ്ധനെ ആരു രൂപകല്പന ചെയ്തു? അതിന് ഉത്തരമില്ല. ലോകത്തെ സൃഷ്ടിച്ചപ്പോൾ ആ രൂപകല്പനാ വിദഗ്ദ്ധൻ എന്തിനാണ് ഇത്ര മോശമായി സൃഷ്ടിച്ചത് എന്ന ചോദ്യത്തിനും ഉത്തരമില്ല.

ക്യാൻസറും പ്ലേഗും എയ്ഡ്സും ആർത്തവവും മൈഗ്രേനുമുൾപ്പെടെയുള്ളവ എന്തിനു സൃഷ്ടിച്ചു? രക്തം കുടിക്കുന്ന വാവലുകളെയും അട്ടകളെയും നിക്ഷേപക ബാങ്കുകളെയും എന്തിനു രൂപകല്പന ചെയ്തു. നമ്മുടെ ഏറെ ജീനുകളെയും ഉപയോഗശൂന്യമായ ചവറുകളാക്കിയത് എന്തുകൊണ്ട്? നമ്മുടെ മഹത്തായ രൂപകല്പനാ വിദഗ്ദ്ധർ അത്ര വൈദഗ്ദ്ധ്യമില്ലാത്ത ഒരുവനാണോ? കാസ്റ്റിലിലെ രാജാവായ (1221–1284) മഹാനായ അൽഫോൺസോയുടെ വാക്കുകളിൽ സൃഷ്ടിയുടെ വേളയിൽ ഞാൻ സന്നിഹിതനായിരുന്നുവെങ്കിൽ ഈ പ്രപഞ്ചത്തെ ശരിയായി ക്രമപ്പെടുത്തുന്നതിൽ ചില നിർദ്ദേശങ്ങൾ മുന്നോട്ടു വയ്ക്കുമായിരുന്നു. ഒരു പതിനൊന്നുവയസ്സുകാരൻപോലും ഇതിലും ബുദ്ധിപൂർവ്വമായ ജോലി ചെയ്യുമായിരുന്നു.

പാശ്ചാത്യരാജ്യങ്ങളിൽ പള്ളിയുടെ അധികാരം കുറഞ്ഞുവരികയാണെന്നത് സത്യമാണ്. സ്പെയിൻ, അയർലാന്റ് തുടങ്ങിയ രാജ്യങ്ങൾക്ക് പള്ളിക്ക് പുതിയ പുരോഹിതന്മാരെ കണ്ടെത്താനാകുന്നില്ല. പള്ളികളിൽ ആരാധനയ്ക്ക് എത്തുന്നവരുടെ എണ്ണവും, പ്രത്യേകിച്ച് യുവതീയുവാക്കൾക്കിടയിൽ കുറഞ്ഞുവരുന്നു. എന്നാൽ പള്ളിയുടെ പതനത്തെത്തുടർന്ന് പഴയരീതിയിലുള്ള പല വിശ്വാസങ്ങളും അന്ധവിശ്വാസങ്ങളും പെരുകി. അത് പരിഷ്കാരമായും കണക്കാക്കിത്തുടങ്ങി. സിനിമകളിലും ടെലിവിഷനിലും പുസ്തകങ്ങളിലും അന്ധവിശ്വാസം വലിയതോതിൽ പ്രചരിക്കപ്പെടുന്നു.

സാമൂഹ്യജീർണ്ണതയുടെ ബാഹ്യരൂപമാണ് നാം ഇപ്പോൾ കാണുന്നത്. ഉല്പാദനശക്തികളുടെ വളർച്ചയ്ക്ക് തടസ്സം നിന്ന ഇത്തരം പ്രവണതകളെ ചരിത്രപരമായിത്തന്നെ പുരോഗമനവാദികൾ നിർമ്മാർജ്ജനം ചെയ്തതാണ്. ഈയർത്ഥത്തിൽ ബൂർഷ്വാ സമൂഹത്തിന്റെ വേദനയെ ശസ്ത്രക്രിയവഴി ഇല്ലായ്മ ചെയ്ത് പുതിയ സമൂഹം സൃഷ്ടിക്കാനുള്ള തൊഴിലാളിവർഗ്ഗത്തിന്റെ പോരാട്ടങ്ങൾ വർദ്ധിച്ചുവരുന്ന പ്രാകൃതത്വങ്ങൾക്കെതിരെ ശാസ്ത്ര സാംസ്കാരികരംഗത്തെ നേട്ടങ്ങൾ സംരക്ഷിച്ചുനിർത്തുകകൂടിയാണ് ലക്ഷ്യമാക്കുന്നത്.

മനുഷ്യസമൂഹത്തിനു മുന്നിൽ ഉള്ള ഒരേ ഒരു ബദൽ ഇതുമാത്രം: ഒന്നുകിൽ ബൂർഷ്വാസിയുടെ രാഷ്ട്രീയവും സാമ്പത്തികവുമായ അധികാരം ഇല്ലാതാക്കി നാഗരികതകളുടെ അടുത്ത ഘട്ടം വികാസത്തിലേക്കു

കടക്കുക അല്ലെങ്കിൽ നാഗരികതകളുടെയും ചിലപ്പോൾ ജീവന്റെ തന്നെ നാശത്തിനായിരിക്കും അതു വഴിയൊരുക്കുന്നത്. പാരിസ്ഥിതിക നാശം മനുഷ്യജീവന് ഭീഷണിയായി മാറുന്നതായി പരിസ്ഥിതി വാദികൾ വില പിക്കുന്നു. അവർ പറയുന്നതു ശരിയാണ്. പരിചയസമ്പന്നനല്ലാത്ത ഒരു ഡോക്ടർ രോഗലക്ഷണങ്ങൾ കണ്ടുപിടിക്കുകയും രോഗത്തിന്റെ സ്വഭാവം കണ്ടുപിടിക്കാനാവാതെയും ചികിത്സിച്ചു ഭേദമാക്കാനാകാതെയും വിഷമിക്കുകയും ചെയ്യുന്നതുപോലെയാണ് ഇവരുടെ അവസ്ഥ.

വ്യവസ്ഥിതിയുടെ ചീഞ്ഞുനാറൽ എല്ലാ തലങ്ങളിലും കാണപ്പെടുന്നു. സാമ്പത്തിക രംഗത്തു മാത്രമല്ല ധാർമ്മിക സാംസ്കാരിക-കലാ-സംഗീത-തത്ത്വ ഉല്പാദന ശക്തികളുടെ നാശത്തിന്റെ ചെലവിലാണ് മുതലാളിത്തം നിലനില്ക്കുന്നത്. സംസ്കാരത്തെ നിസ്സാരവല്ക്കരിച്ചും, അധാർമ്മികത പ്രോത്സാഹിപ്പിച്ചും സമൂഹത്തിന്റെ എല്ലാ തലങ്ങളെയും തെണ്ടിവല്ക്കരിച്ചുകൊണ്ടുമാണ് മുതലാളിത്തം നിലനില്ക്കുന്നത്. ആത്യന്തികമായി മുതലാളിത്തത്തിന്റെ നിലനില്പ് തൊഴിലാളിവർഗ്ഗത്തിന്റെ ജനാധിപത്യ ട്രേഡ് യൂണിയൻ അവകാശങ്ങളുമായി സംഘർഷത്തിന് ഇടയാക്കും.

കുറ്റകൃത്യങ്ങളുടെ വർദ്ധനവ്, അശ്ലീലത, ബൂർഷ്വാ സ്വാർത്ഥത, മറ്റുള്ളവരുടെ വിഷമങ്ങൾക്കുനേരെ മുഖം തിരിക്കൽ, വേദനിപ്പിച്ചുരസിക്കൽ, കുടുംബബന്ധങ്ങളിലെ വിള്ളലുകൾ, പരമ്പരാഗത ധാർമ്മികതയുടെ തകർച്ച, മയക്കുമരുന്നുപയോഗം, മദ്യപാനം – ഇതെല്ലാം പിന്തിരിപ്പന്മാരിൽ കപടമായ രോഷം സൃഷ്ടിക്കുന്നു എന്നാൽ ഇതെല്ലാം മുതലാളിത്ത ജീർണ്ണതയുടെ ഭാഗമാണ്. റോമാ സാമ്രാജ്യത്വത്തിനു കീഴിൽ അടിമസമൂഹം തകരുന്ന ഘട്ടത്തിലും ഇതുപോലൊരു അവസ്ഥയിലൂടെ കടന്നുപോയിരുന്നു.

മുതലാളിത്തത്തിൽ ലാഭത്തിനാണ് മുഖ്യപരിഗണന. നമ്മുടെ വായുവിനെ ഇവർ മലിനീകരിക്കുന്നു. കുടിവെള്ളത്തിലും ഭക്ഷണത്തിലും വിഷം കലർത്തുന്നു. യൂറോപ്പിൽ മുഖ്യമായ വിപുലമായ മായം ചേർക്കൽ മഞ്ഞമലയുടെ അഗ്രം മാത്രമാണ്. കുത്തകകളെയും വൻകിട ബാങ്കുകളെയും ഇപ്രകാരം അഞ്ചു പതിറ്റാണ്ടുകൂടി കയറൂരിവിട്ടാൽ ഭൂമിയെന്ന ഗ്രഹം തന്നെ തകരും. അതിനാൽ സാമൂഹ്യ മാറ്റത്തിനായ പോരാട്ടം ഒരു ജീവന്മരണ പ്രശ്നമാണ്.

ആസൂത്രിത സമ്പദ് വ്യവസ്ഥ എന്തുകൊണ്ട് അനിവാര്യമാകുന്നു

കഴിഞ്ഞ രണ്ടു പതിറ്റാണ്ടുകളായി നമ്മെ സ്ഥിരമായി തീറ്റിച്ചുകൊണ്ടിരിക്കുന്ന സാമ്പത്തിക പ്രചരണ ഭക്ഷണം ആസൂത്രിത സമ്പദ് വ്യവസ്ഥ മരിച്ചുകഴിഞ്ഞുവെന്നും കമ്പോളം എല്ലാ പ്രശ്നങ്ങളെയും പരിഹരിച്ചുകൊള്ളുമെന്നുമായിരുന്നു.

2008 ലെ സാമ്പത്തിക തകർച്ച ജനങ്ങളെ ഒരു കാര്യം പഠിപ്പിച്ചു. നിലവിലെ സാമ്പത്തികക്രമത്തിന് മനുഷ്യരുടെ അടിസ്ഥാന ആവശ്യങ്ങളായ ആഹാരം, വസ്ത്രം, പാർപ്പിടം, വിദ്യാഭ്യാസം, ചികിത്സ എന്നിവ പ്രദാനം ചെയ്യാൻപോലുമുള്ള ശേഷിയില്ലെന്ന്. പ്രത്യേകിച്ചും മൂന്നാം ലോക രാജ്യങ്ങളുടെ.

അത്തരമൊരു സാമൂഹ്യാവസ്ഥയെ പഴിക്കാത്തവരായി ആരുമുണ്ടാവില്ല. വിഷലിപ്ത താല്പര്യമില്ലാത്ത ഏവരും ഇന്നത്തെ സംവിധാനത്തിന് ഈ രൂപത്തിൽ മുന്നോട്ടുപോകുവാനാകില്ല എന്നാണ്.

*കമ്യൂണിസ്റ്റ് മാനിഫെസ്റ്റോ*യിലെ കേന്ദ്ര പ്രമേയം മുതലാളിത്തം എല്ലാക്കാലത്തേക്കുമുള്ള ഒരു വ്യവസ്ഥിതിയല്ല എന്നുള്ളതാണ്. ഇത് ഇന്നത്തെ വ്യവസ്ഥയോട് അനുകമ്പയുള്ള പലർക്കും ദഹിച്ചിട്ടില്ല. അത് സ്വാഭാവികമാണുതാനും. നിലനിന്നിരുന്ന എല്ലാ സാമൂഹ്യ വ്യവസ്ഥകളും ചരിത്രത്തിലുടനീളം അതാണ് സാമൂഹ്യ പുരോഗതിയുടെ അന്തിമഘട്ടമെന്ന മിഥ്യാധാരണയില്ലായിരുന്നിട്ടുമുണ്ട്. സാമാന്യ ബുദ്ധിയുള്ളവർക്ക് അത് തെറ്റാണെന്നു മനസ്സിലാക്കാൻ പ്രയാസാമുണ്ടാവില്ല. പ്രകൃതിയിലുള്ള എന്തും നശിക്കാനുള്ളവയാണെങ്കിൽ സമൂഹങ്ങൾക്ക് മാത്രമായി എങ്ങനെ നശിക്കാതിരിക്കാനാവും.

മുതലാളിത്തത്തിന് അതിന്റെ പുരോഗമനോന്മുഖ ദൗത്യം അവസാനിച്ചുകഴിഞ്ഞു. ഉല്പാദനശക്തികളുടെ സ്വാതന്ത്ര്യമായ വളർച്ച ഉറപ്പ് വരു

ത്തുന്നതിന് ലോകസമ്പദ് വ്യവസ്ഥയെ ഏകോപിപ്പിക്കണമെന്നും പ്രകൃതി വിഭവങ്ങളെ പ്രയോജനപ്പെടുത്താൻ ആവശ്യമായ ആസൂത്രണം അതിന് അനിവാര്യമാണെന്നും ബുദ്ധിശാലിയായ ഏതൊരു മനുഷ്യനും മനസ്സിലാവും.

പരിസ്ഥിതിക്ക് ഏല്പിച്ചുകൊണ്ടിരിക്കുന്ന പ്രഹരം അതിഭീമമായതിനാൽ ലോകജനസംഖ്യയുടെ മൂന്നിൽ രണ്ടും ദയനീയ സാഹചര്യങ്ങളിലാണ് ജീവിക്കേണ്ടിവരുന്നത്. സോഷ്യലിസത്തോട് യാതൊരു ബന്ധവുമില്ലാത്ത സാമൂഹ്യ ശാസ്ത്രജ്ഞന്മാരും പ്രകൃതി ശാസ്ത്രജ്ഞന്മാരും മറ്റ് വിദഗ്ദ്ധരും ഈ വസ്തുത അംഗീകരിക്കുന്നുണ്ട്. ദൗർഭാഗ്യവശാൽ അവരുടെ സദുദ്ദേശ്യത്തോടെയുള്ള ശുപാർശകൾ ബധിരകർണ്ണങ്ങളിലാണ് പതിക്കുന്നത്. അതിനു കാരണം ലോകത്തെ നിയന്ത്രിക്കുന്ന ബഹുരാഷ്ട്രകുത്തകകൾക്ക് ലാഭമല്ലാതെ മറ്റൊന്നും പ്രശ്നമല്ല. മനുഷ്യക്ഷേമമോ പാരിസ്ഥിതികമായ പ്രശ്നങ്ങളോ ഭൂമിയുടെ ഭാവിയോ ഒന്നും അവരെ അലട്ടുന്നില്ല.

മുതലാളിത്ത അരാജകത്വത്തിനുമേൽ ആസൂത്രിതവികസനത്തിലുള്ള മേൽക്കൈ ബൂർഷ്വാസിക്കും അറിവുള്ളതാണ്. എന്നാൽ അവർ അതു സമ്മതിച്ചുതരുകയില്ല. 1940 ൽ ഹിറ്റ്ലറുടെ സൈന്യം ഫ്രാൻസിനെ തകർക്കുകയും ബ്രിട്ടനെ ചുമരോടുചേർക്കുകയും ചെയ്ത ഘട്ടത്തിൽ അവർ എന്താണു ചെയ്തത്? “എല്ലാം കമ്പോളം നിശ്ചയിക്കട്ടെ” എന്നവർ പറഞ്ഞോ? ഇല്ല. അവർ സമ്പദ് വ്യവസ്ഥയെ കേന്ദ്രീകരിച്ചു. അവശ്യവസ്തുക്കളുടെ ഉല്പാദനം ദേശസാൽക്കരിച്ചു. സാർവ്വത്രികമായ സർക്കാൻ നിയന്ത്രണം കൊണ്ടുവന്നു. സാമ്പത്തിക നിയന്ത്രണവും റേഷൻ സമ്പ്രദായവും ഏർപ്പെടുത്തി. കേന്ദ്രീകൃത പദ്ധതി നിർവ്വഹണത്തിലേക്ക് എന്തിനവർ നീങ്ങി? അത് മെച്ചപ്പെട്ട ഫലം ഉറപ്പാക്കുമെന്നതുകൊണ്ടല്ലേ അങ്ങനെ ചെയ്തത്? മുതലാളിത്തത്തിനുകീഴിൽ ഉല്പാദനം ക്രമീകരിക്കുന്നതിന് പദ്ധതി തയ്യാറാക്കുക അസാദ്ധ്യമാണ്. അതെന്തൊക്കെയായാലും ഹിറ്റ്ലറെ പരാജയപ്പെടുത്താൻ ചർച്ചിലിന് ഭരണകൂട നിയന്ത്രിതമായ ആസൂത്രണം ഏർപ്പെടുത്തേണ്ടിവന്നിരുന്നു. കുറേക്കൂടി വ്യക്തമായ ഉദാഹരണം സോവിയറ്റ് യൂണിയനിൽനിന്നും ലഭിക്കും. യഥാർത്ഥത്തിൽ രണ്ടാംലോക മഹായുദ്ധം ജർമ്മനിയുടെ കീഴിൽ യൂറോപ്പിന്റെ സർവ്വസമ്പത്തും ഉപയോഗിച്ച് സോവിയറ്റ് യൂണിയനെതിരെ നടത്തിയ യുദ്ധമായിരുന്നല്ലോ.

സോവിയറ്റ് യൂണിയനാണ് ഹിറ്റ്ലറുടെ സൈന്യത്തെ പരാജയപ്പെടുത്തിയത്. അസാധാരണമായ ഈ വിജയത്തിന്റെ കാരണം മുതലാളിത്തത്തെ പ്രതിരോധിക്കുന്നവർ ഒരിക്കലും സമ്മതിച്ചു തരുകയില്ല. എന്നാൽ അത് സ്വയം വ്യക്തമാക്കുന്ന ഒരു വസ്തുത തന്നെയാണ്. ദേശീയതലത്തിലുള്ള സാമ്പത്തിക ആസൂത്രണം സോവിയറ്റ് യൂണിയനു ശക്തിപകർന്നു. യുദ്ധം അവശേഷിപ്പിച്ച മുറിവുകളെ യുദ്ധാനന്തരം ഉണക്കിയെടുക്കാനവർക്ക് വേഗത്തിൽ കഴിഞ്ഞതും ആസൂത്രണം

കൊണ്ടാണ്. റഷ്യക്ക് അവരുടെ പടിഞ്ഞാറൻ ഭാഗങ്ങളിലുള്ള 1500 ഓളം ഫാക്ടറികളെ പൊളിച്ചടുക്കി കപ്പലുകളിലും ട്രെയിനുകളിലും കയറ്റി ഉറാൾ പ്രദേശങ്ങളിൽ എത്തിക്കാനും ഉല്പാദനം പുനരാരംഭിക്കാനും കഴിഞ്ഞു. ഉറാൾ പ്രദേശം ജർമ്മൻ സേനയ്ക്ക് എത്തിച്ചേരാൻ കഴിയാത്ത ഇടമായിരുന്നു. മാസങ്ങൾക്കുള്ളിൽ സോവിയറ്റ് യൂണിയന് ടാങ്കുകളുടെയും വിമാനത്തിന്റെയും തോക്കുകളുടെയും ഉല്പാദനത്തിൽ ജർമ്മനിയെ മറികടക്കാനായി. ദേശീയ തലത്തിലുള്ള ആസൂത്രണത്തിന്റെ മികവിനെയാണിതു കാണിക്കുന്നത്.

രണ്ടാം ലോക യുദ്ധത്തിൽ സോവിയറ്റ് യൂണിയന് 27 മില്യൺ ജനങ്ങളെ നഷ്ടപ്പെട്ടു. ലോകത്താകമാനമുള്ള ആകെ മരണത്തിന്റെ പകുതി. കൃഷിയും വ്യവസായവും വ്യാപകമായി തകർക്കപ്പെട്ടു. എന്നിട്ടും പത്തു വർഷത്തിനുള്ളിൽ സകലതും പുനഃസൃഷ്ടിച്ചു. പടിഞ്ഞാറൻ യൂറോപ്പിലേക്ക് മാർഷൽ സഹായ പദ്ധതിയനുസരിച്ച് അമേരിക്കൻ സഹായം പ്രവഹിച്ചിരുന്നു. അതില്ലാതെയായിരുന്നു സോവിയറ്റ് പുനർനിർമ്മാണം. ജർമ്മനിയും ജപ്പാനുമല്ല സോവിയറ്റ് യൂണിയനായിരുന്നു യഥാർത്ഥ സാമ്പത്തിക അത്ഭുതം കാട്ടിയത്.

യഥാർത്ഥ സോഷ്യലിസം ജനാധിപത്യപരമായിരിക്കണം. അമേരിക്കയിലും ബ്രിട്ടനിലും ആർക്കും എന്തും പറയുവാനുള്ള സ്വാതന്ത്ര്യമുണ്ട്. എന്നാൽ കാര്യങ്ങൾ നിശ്ചയിക്കാനുള്ള സ്വാതന്ത്ര്യം കോർപ്പറേറ്റുകൾക്കും വൻകിട ബാങ്കുകൾക്കുമാണ്. യഥാർത്ഥ ജനാധിപത്യത്തിൽ പണിയെടുക്കുന്ന മനുഷ്യരായിരിക്കും നിയന്ത്രണങ്ങൾ ഏർപ്പെടുത്തുന്നതും നിയന്ത്രിക്കുന്നതും.

അത് ഒരു സാങ്കല്പിക ആശയമല്ല. യഥാർത്ഥത്തിൽ നിലനില്ക്കുന്നതിനെ ആശ്രയിച്ചാണത്. ഉദാഹരണത്തിന് എന്നെ അത്ഭുതപ്പെടുത്തിയ ഒരു കാര്യമുണ്ട്. സൂപ്പർമാർക്കറ്റ് രാക്ഷസനായ 'ടെസ്കോ' എങ്ങനെയാണ് എത്ര റൊട്ടിയും പാലും പഞ്ചസാരയും ഒരു നിശ്ചിതകാലയളവിൽ ബ്രിട്ടന് ആവശ്യമായിവരും എന്നു കണക്കാക്കുക? അതിനവർ ശാസ്ത്രീയമായ ആസൂത്രണം നടത്തും. അതുപരാജയപ്പെടുകയുമില്ല. അത്തരമൊരു തലത്തിൽ നടക്കുന്ന ആസൂത്രണം ഒരു സൂപ്പർ മാർക്കറ്റിൽ വിജയകരമാണെങ്കിൽ എന്തുകൊണ്ടത് ജനസമൂഹത്തിനാകെയായി ബാധകമായിക്കൂടാ?

സോഷ്യലിസവും സാർവ്വദേശീയതയും

കമ്യൂണിസ്റ്റു മാനിഫെസ്റ്റോ വായിക്കുന്ന ഏതൊരാൾക്കും മാർക്സും എംഗൽസും ഇന്നത്തെ സാഹചര്യം 150 വർഷങ്ങൾക്കു മുമ്പേ പ്രതീക്ഷിച്ചതാണെന്നു മനസ്സിലാവും. മുതലാളിത്തം ഒരു ആഗോളവ്യവസ്ഥയായി വളരേണ്ടതുണ്ടെന്ന് അവർ കണ്ടു. ഈ വിശകലനം ഇപ്പോൾ അരങ്ങേറുന്ന സംഭവങ്ങളിലൂടെ ശരിയായി വരുന്നു. ലോകകമ്പോളം തകർച്ചയെ നേരിടുന്നു എന്ന കാര്യത്തിൽ ആർക്കും സന്ദേഹമുണ്ടാവുകയില്ല. നമ്മുടെ കാലത്തെ ഏറ്റവും ശ്രദ്ധേയമായ പ്രതിഭാസം തന്നെയാണത്.

കമ്യൂണിസ്റ്റ് മാനിഫെസ്റ്റോ എഴുതുമ്പോൾ ഈ നിഗമനത്തെ സാധൂകരിക്കാനാകുന്ന കണക്കുകൾ നിരത്താൻ അവർക്ക് കഴിഞ്ഞില്ല. അക്കാലത്തുള്ള ഏക വികസിത സമ്പദ് വ്യവസ്ഥ ഇംഗ്ലണ്ട് മാത്രമായിരുന്നു. ഫ്രാൻസിലും ജർമ്മനിയിലുമുള്ള വ്യവസായങ്ങൾ അവരുടെ നികുതിച്ചുമരുകൾക്കു പുറത്തേക്കു വളർന്നിരുന്നില്ല. ഈ വസ്തുത ഇന്നു സൗകര്യപൂർവ്വം വിസ്മരിക്കുകയാണ്. പാശ്ചാത്യ സർക്കാരുകൾ ഇന്ന് സമ്പദ് വ്യവസ്ഥകൾ തുറന്നിട്ടാൽ ലോകത്തോട് ആഹ്വാനം ചെയ്യുന്നു.

കഴിഞ്ഞ കുറേ വർഷങ്ങളായി സാമ്പത്തിക വിദഗ്ദ്ധർ ആഗോളവല്ക്കരണത്തെപ്പറ്റിയാണു സംസാരിക്കുന്നത്. എല്ലാത്തിനുമുള്ള പരിഹാരമാണതെന്ന് അവർ സ്വപ്നം കാണുന്നു. അതുവഴി അഭിവൃദ്ധിയും മാന്ദ്യവും മാറിമാറി വരുന്ന സാഹചര്യം ഒഴിവായിക്കിട്ടുമെന്നവർ പ്രത്യാശിക്കുന്നു. 2008 ലെ സാമ്പത്തികത്തകർച്ചയോടെ ഈ സ്വപ്നം പൊലിഞ്ഞുപോയി.

ഇത് മറ്റ് രാജ്യങ്ങളിൽ വലിയ പ്രത്യാഘാതങ്ങളുണ്ടാക്കി. അത് ആഗോളവല്ക്കരണത്തിന്റെ മറുവശത്താണ് കാട്ടിത്തരുന്നത്. മുതലാ

ളിത്ത സമ്പദ് വ്യവസ്ഥ ആഗോളതലത്തിലേക്ക് വ്യാപിക്കുന്നതനുസരിച്ച് ചേരിവല്ക്കരണവും വർദ്ധിക്കുന്നു. ലോക സമ്പദ്വ്യവസ്ഥയിൽ എവിടെ ഒരു കുലുക്കമുണ്ടായാലും അത് ലോകത്താകമാനം ബാധിക്കും. അഭിവൃദ്ധിയുടെയും മാന്ദ്യത്തിന്റെയും ചക്രത്തിൽനിന്നും മുതലാളിത്തത്തിന് രക്ഷപ്പെടാനായില്ലെന്നു മാത്രമല്ല ആഗോളവല്ക്കരണം അതിനൊരു ആഗോള സ്വഭാവം പ്രദാനം ചെയ്യുകയും ചെയ്തു. മൗലികമായ പ്രശ്നം വ്യവസ്ഥിതിക്കു തന്നെയാണ്. മാർക്സിന്റെ വാക്കുകളിൽ "മുതലാളിത്ത ഉല്പാദന രീതിയുടെ പ്രധാന തടസ്സം മുതലാളിത്തം തന്നെയാണ്." മാർക്സിനു തെറ്റിയെന്നും മുതലാളിത്ത പ്രതിസന്ധി ചരിത്രത്തിലെ ഒരു സംഭവം മാത്രമായിരുന്നുവെന്നും പറഞ്ഞുവന്ന സാമ്പത്തിക പണ്ഡിറ്റുകൾക്കാണ് യഥാർത്ഥത്തിൽ തെറ്റിയത്. ഇപ്പോഴത്തെ അഭിവൃദ്ധിക്ക് മാർക്സ് വർഷങ്ങൾക്കുമുമ്പ് വിശദീകരിച്ച സാമ്പത്തിക ചാക്രികതയുടെ ലക്ഷണങ്ങളുമുണ്ട്. മുതലാളിത്ത കേന്ദ്രീകരണം അതിന്റെ ചാഞ്ചാട്ട സ്വഭാവത്തിന്റെ പരമകാഷ്ടയിൽ എത്തിച്ചേർന്നിരിക്കുന്നു. വർദ്ധിച്ച തോതിലുള്ള ഏറ്റെടുക്കലുകൾ കുത്തകവല്ക്കരണത്തെ ത്വരിതപ്പെടുത്തി. ഇത് മുൻകാലത്തെപ്പോലെ ഉല്പാദന ശക്തികളെ വികസിപ്പിച്ചില്ല. മറിച്ച് ഫാക്ടറികൾ അച്ചുപൂട്ടുന്നതിലേക്കാണെത്തിയത്.

പണത്തിന്റെ സാമ്പത്തിക ശാസ്ത്രത്തെപ്പറ്റി ഒരിക്കൽ ജോൺ കെന്നത്ത് ഗാലിബർത്ത് ഇങ്ങനെ പറഞ്ഞു. "പാവപ്പെട്ടവന്റെ കൈകളിൽ ധാരാളം പണമുണ്ടാകും. എന്നാൽ പണക്കാർക്ക് ആവശ്യത്തിനുണ്ടാവുകയുമില്ല." ലാഭം കുന്നുകൂടുമ്പോൾ അസമത്വവും പെരുകിവരും. ഗാലിബർത്ത് ഇങ്ങനെ കൂട്ടിച്ചേർത്തു. "ഏറ്റവും മുകളിലേക്ക് വരുമാനം കേന്ദ്രീകരിക്കപ്പെടുന്നു എന്നതത്രെ കഴിഞ്ഞ 25 വർഷത്തെ തുടർച്ചയായ പ്രവണത."

ചെറിയ ഒരു ന്യൂനപക്ഷം അതിധനികരായപ്പോൾ അമേരിക്കയുടെ ദേശീയ വരുമാനത്തിൽ തൊഴിലാളികളുടെ പങ്ക് ചുരുങ്ങിച്ചുരുങ്ങി വന്നു. പാവപ്പെട്ടവരിൽ പാവപ്പെട്ടവരായ ഒരു വിഭാഗം കടുത്ത ദാരിദ്ര്യത്തിലേക്ക് എടുത്തെറിയപ്പെട്ടു.

അമേരിക്കയിലെ തൊഴിലാളികൾ പത്തുവർഷങ്ങൾക്കുമുമ്പ് ഉല്പാദിപ്പിച്ചിരുന്നതിനെക്കാൾ 30% കൂടുതൽ ഉല്പാദിപ്പിച്ചു എന്നാൽ വേതനത്തിൽ ഒരു വർദ്ധനവും ഉണ്ടായില്ല. സാമൂഹ്യഘടന കടുത്ത സമ്മർദ്ദത്തിലായി ലോകത്തെ ഏറ്റവും സമ്പന്ന രാജ്യമായ അമേരിക്കൻ ഐക്യനാടുകളിൽപോലും സാമൂഹ്യ സമ്മർദ്ദങ്ങൾ കലശലായി. വർഗ്ഗസമരത്തിന്റെ തീക്ഷ്ണമായ തലങ്ങളിലേക്ക് കാര്യങ്ങൾ മാറുകയാണ്.

ഇത് അമേരിക്കയുടെ മാത്രം കഥയല്ല. ലോകത്താകമാനം സാമ്പത്തികഅഭിവൃദ്ധിയെത്തുടർന്ന് വൻതോതിലുള്ള തൊഴിലില്ലായ്മയും തുടർന്നു വരുന്നു. പരിഷ്കാരങ്ങളും സൗജന്യങ്ങളും എടുത്തുമാറ്റപ്പെടുന്നു. ലോക കമ്പോളവുമായി മത്സരിക്കാൻ ഇറ്റലി 5 ലക്ഷം തൊഴിലാളികളെ പിരിച്ചുവിട്ടു. ശേഷിക്കുന്നവരുടെ കൂലി വെട്ടിക്കുറയ്ക്കപ്പെട്ടു.

തങ്ങൾ നേരിട്ട വൈരുദ്ധ്യങ്ങളെ മറികടന്ന് ആഗോളവ്യാപാരംവഴി മുതലാളിത്തം വിജയിച്ച ഒരു ഘട്ടമുണ്ടായിരുന്നു. ലോകചരിത്രത്തിലാദ്യമായി ലോകം മുഴുവൻ ഒറ്റ കമ്പോളമായി. മുതലാളിമാർക്ക് ചൈനയിൽ നിക്ഷേപാവസരങ്ങൾ തുറന്നുകിട്ടി. എന്നാൽ അതും അതിന്റെ പാരമ്യത്തിലെത്തിക്കഴിഞ്ഞു.

ചൈനയിൽ നിന്നുള്ള വിലകുറഞ്ഞ ഉല്പന്നങ്ങൾ വാതിൽപ്പടിയിൽ കുമിഞ്ഞുകൂടിയതോടെ അമേരിക്കയിലും യൂറോപ്പിലുമുള്ള മുതലാളിമാർക്ക് ആഗോളവല്ക്കരണത്തിലുള്ള താല്പര്യം കുറഞ്ഞു. അമേരിക്കൻ സെനറ്റിൽ സംരക്ഷിത വ്യാപാരത്തിനായുള്ള (Protectionist) മുറവിളികൾ ഉയരാൻ തുടങ്ങി. ലോകവ്യാപാരത്തിന്മേലുള്ള ഭോഹിവട്ട ചർച്ചകൾ മാറ്റിവയ്ക്കേണ്ടിവന്നു.

അടിയുലയുന്ന സമ്പദ് വ്യവസ്ഥയിൽനിന്നും അഭിവൃദ്ധിയുടെ ആവി നഷ്ടപ്പെട്ടു തുടങ്ങി. ചുരുങ്ങിയ നിരക്കിലുള്ള വായ്പയിന്മേലാണ് അമേരിക്കയിൽ ഉപഭോക്തൃമേഖലയിലെ അഭിവൃദ്ധിയുണ്ടായത്. അതും തിരിച്ചടി നേരിടുന്നു. ആഗോള പ്രതിസന്ധി പടിവാതില്ക്കലാണ്. ആഗോളവല്ക്കരണം ആഗോള പ്രതിസന്ധിയുടെ അപരനാമമായി മാറി.

ഇതിനൊരു ബദൽ ഇല്ലെന്നുണ്ടോ?

മുതലാളിത്ത സമ്പദ്വ്യവസ്ഥയാകെ തകർന്നടിയുമ്പോഴും ബൂർഷ്വാ സാമ്പത്തിക ശാസ്ത്രജ്ഞന്മാർ തങ്ങളുടെ ഇടുങ്ങിയ മനോഘടനയിൽനിന്നും പുറത്തു കടക്കാൻ തയ്യാറാവുന്നില്ല. അവർ ഇപ്പോഴും കാലപ്പഴക്കം വന്ന് ജീർണ്ണിച്ച മുതലാളിത്ത വ്യവസ്ഥയിൽ കടിച്ചു തൂങ്ങിക്കിടക്കുകയാണ്. ഈ ചീഞ്ഞു നാറുന്ന സാമൂഹ്യാവസ്ഥയിൽനിന്നും പുറത്തുകടന്ന് ബദൽ രൂപീകരിക്കാൻ മനുഷ്യരാശിക്കു കഴിവില്ലെന്നു വാദിക്കുന്നത് മനുഷ്യത്ത്വത്തോടു തന്നെ നടത്തുന്ന വെല്ലുവിളിയാണ്.

മുതലാളിത്തത്തിന് യഥാർത്ഥത്തിൽ ഒരു ബദൽ ഇല്ലെന്നുള്ളത് ശരിയല്ലേ? അല്ല, തീർത്തും ശരിയല്ല. ബദൽ വ്യവസ്ഥിതി ആളുകളുടെ ആവശ്യത്തിനുനനുസരിച്ചുള്ള ഉല്പാദനം നടത്തുന്ന വ്യവസ്ഥിതിയാവണം. കുറച്ചുപേരുടെ ലാഭത്തിനായുള്ളതാകരുത്. അരാജകത്വം നിറഞ്ഞ വ്യവസ്ഥിതിയെ മാറ്റി യോജിപ്പിന്റെയടിസ്ഥാനത്തിലുള്ള ആസൂത്രണവ്യവസ്ഥിതി കൊണ്ടുവരണം. ഒരു കൂട്ടം സമ്പന്നരായ ഇത്തിക്കണ്ണികളെ മാറ്റി സമൂഹത്തിന്റെ സമ്പത്ത് സൃഷ്ടിക്കുന്നവരുടെ ഭരണം കൊണ്ടുവരണം. ഈ ബദലിന്റെ പേരത്രെ സോഷ്യലിസം.

ഒരാൾക്കു വേണമെങ്കിൽ വാക്കിൽ പിടിച്ചുകളിക്കാം. എന്നാൽ ആ വ്യവസ്ഥിതിയുടെ പേര് സോഷ്യലിസം എന്നുതന്നെയാണ്. ഉല്പാദന ശക്തികളുടെ ഉടമസ്ഥതയും നിയന്ത്രണവും നിർവ്വഹണവും ജനസംഖ്യയിൽ ബഹുഭൂരിപക്ഷംവരുന്ന തൊഴിലാളിവർഗ്ഗത്തിന്റെതാകുന്ന യഥാർത്ഥ ജനാധിപത്യമായി തീരും അത്. സമൂഹത്തിന്റെ നടത്തിപ്പ്

ഏറ്റെടുക്കുകയും വ്യവസായ കുത്തകകളെയും കുത്തക ബാങ്കുകളെയും ദേശസാൽക്കരിച്ച് ഉപയോഗിക്കപ്പെടാത്ത ഉല്പാദന ശേഷിയെ സാമൂഹ്യപ്രശ്നങ്ങൾ പരിഹരിക്കാനായി വിനിയോഗിക്കും.

മാർക്സ് എഴുതി: "മതിയായ ഉല്പാദനശക്തികളെ വികസിപ്പിച്ചെടുക്കുന്നതിനുമുമ്പ് ഒരു സാമൂഹ്യ വ്യവസ്ഥയേയും നശിപ്പിക്കാനാവില്ല" (*അർത്ഥശാസ്ത്ര വിമർശനത്തിന് ഒരാമുഖം*). പുതിയതും ഉയർന്നതുമായ ഒരു സാമൂഹ്യ ക്രമം സൃഷ്ടിക്കാനുള്ള വസ്തുനിഷ്ഠസാഹചര്യം മുതലാളിത്ത വികാസത്തോടെ സംജാതമായി. കഴിഞ്ഞ 200 കൊല്ലക്കാലത്തെ വ്യവസായത്തിന്റെയും കൃഷിയുടെയും ശാസ്ത്ര–സാങ്കേതിക വിദ്യയുടെയും വികാസം ചരിത്രത്തിൽ മുമ്പൊരിക്കലും ദൃശ്യമാകാത്ത വിധത്തിൽ ഉണ്ടായിട്ടുണ്ട്.

> ഉല്പാദനോപകരണങ്ങളിലും തദ്വാരാ ഉല്പാദന ബന്ധങ്ങളിലും അതോടൊപ്പം സാമൂഹ്യബന്ധങ്ങളിൽ ഒട്ടാകെയും നിരന്തരം വിപ്ലവകരമായ പരിവർത്തനം വരുത്താതെ ബൂർഷ്വാസിക്ക് നിലനില്ക്കാനാവില്ല. നേരെമറിച്ച്, ഇതിനു മുമ്പുണ്ടായിരുന്ന എല്ലാ വ്യാവസായിക വർഗ്ഗങ്ങളുടെയും നിലനില്പിന്റെ ആദ്യ ഉപാധി, പഴയ ഉല്പാദന രീതികളെ യാതൊരു മാറ്റവും കൂടാതെ നിലനിർത്തുകയെന്നതായിരുന്നു. ഉല്പാദനത്തിൽ നിരന്തരം വിപ്ലവകരമായ പരിവർത്തനം, എല്ലാ സാമൂഹ്യബന്ധങ്ങളെയും ഇടതടവില്ലാതെ ഇളക്കിമറിക്കൽ, ശാശ്വതമായ അനിശ്ചിതാവസ്ഥയും പ്രക്ഷോഭവും, ഇതെല്ലാം ബൂർഷ്വാ കാലഘട്ടത്തെ എല്ലാ പഴയ കാലഘട്ടങ്ങളിൽനിന്നും വേർതിരിക്കുന്നു. (*കമ്യൂണിസ്റ്റ് മാനിഫെസ്റ്റോ*).

മാർക്സിന്റെ വാക്കുകൾ എത്ര മേൽ ശരി, എത്രമേൽ നമ്മുടെ കാലത്തും പ്രസക്തം! നാം അനുഭവിക്കുന്ന പ്രശ്നങ്ങൾക്കുള്ള പരിഹാരം ഇപ്പോൾത്തന്നെ നിലനില്ക്കുന്നുണ്ട്. കഴിഞ്ഞ 200 വർഷം കൊണ്ട് മുതലാളിത്തം ശക്തമായ ഉല്പാദകശക്തിയെ നിർമ്മിച്ചെടുത്തിട്ടുണ്ട്. എന്നാൽ അത് മുഴുവൻ ഉപയോഗപ്പെടുത്താനുള്ള കഴിവ് അതിനില്ല. ദേശ രാഷ്ട്രങ്ങളുടെ നാലതിരുകൾക്കുള്ളിലും സ്വകാര്യ ഉടമസ്ഥതയുടെ ഇടുങ്ങിയ ചുവരുകൾക്കുള്ളിലും ഒതുങ്ങാനാകാത്ത വിധം വ്യവസായ– ശാസ്ത്ര സാങ്കേതിക വിദ്യകൾ വികാസം പ്രാപിച്ചിരിക്കുന്നു എന്നതാണ് ഇപ്പോഴത്തെ മുതലാളിത്ത പ്രതിസന്ധിക്കാധാരം.

രണ്ടാം ലോക മഹായുദ്ധത്തിനുശേഷമുള്ള കാലയളവിൽ ചരിത്രത്തിൽ മുമ്പെങ്ങും ദർശിക്കാത്ത രീതിയിൽ ഉല്പാദന ശക്തികളുടെ വികാസമുണ്ടായി. അണുശക്തി, മൈക്രോ ഇലക്ട്രോണിക്സ്, വാർത്താവിനിമയ സംവിധാനങ്ങൾ, കമ്പ്യൂട്ടറുകൾ, റോബോട്ടുകൾ തുടങ്ങിയവയുടെ കടന്നുവരവും വികാസവും മാർക്സിന്റെ കാലത്ത് സ്വപ്നം കാണാൻ പോലും കഴിയാത്തവിധത്തിൽ ഉല്പാദനക്ഷമതയിൽ വൻകു

തിച്ചുചാട്ടമുണ്ടാക്കി. ഇപ്പോൾ നമുക്ക് വ്യക്തതയുണ്ട്; ആഗോളതലത്തിലുള്ള ആസൂത്രിത സമ്പദ്വ്യവസ്ഥയിൽ (സോഷ്യലിസ്റ്റ്) എന്തൊക്കെയാണെന്നതിനെക്കുറിച്ച്. മുതലാളിത്ത വ്യവസ്ഥയ്ക്കു കീഴിൽ ഉല്പാദന ശക്തികൾ ശ്വാസം മുട്ടിക്കഴിയുകയാണ്. അതിന്റെ പ്രകടിത രൂപമാണ് ഇപ്പോഴത്തെ പ്രതിസന്ധി. ഒരിക്കൽ വ്യവസായവും കൃഷിയും ശാസ്ത്രസാങ്കേതികവിദ്യയും ശ്വാസം മുട്ടിക്കുന്ന മുതലാളിത്ത നിയന്ത്രണങ്ങളിൽനിന്നു മുക്തമായിരുന്നു. യാതൊരു വൈഷമ്യവും കൂടാതെ ഉല്പാദന ശക്തികൾക്ക് മനുഷ്യരുടെ ഏതാവശ്യങ്ങളും പ്രയാസം കൂടാതെ സാധിച്ചുകൊടുക്കാൻ അതിനു കഴിയുമായിരുന്നു. ചരിത്രത്തിലാദ്യമായി ഇപ്പോഴാണ് മനുഷ്യവർഗ്ഗം അതിന്റെ കഴിവുകളെ പൂർണ്ണ അർത്ഥത്തിൽ മനസ്സിലാക്കുന്നത്. തൊഴിൽസമയത്തിലുള്ള പൊതുവായ ഒരു വെട്ടിച്ചുരുക്കലിനുപോലും യഥാർത്ഥമായൊരു സാംസ്കാരിക വിപ്ലവത്തിനുള്ള ഭൗതിക അടിത്തറയായി മാറാം. സംസ്കാരം, കല, സംഗീതം, സാഹിത്യം, ശാസ്ത്രം തുടങ്ങിയ പുതിയ ആകാശങ്ങളിലേക്കുവരും.

ഏക മാർഗ്ഗം

ചരിത്രം അവസാനിച്ചതായി ഇരുപതു കൊല്ലങ്ങൾക്കുമുമ്പ് ഫ്രാൻസിസ് ഫുക്കുയാമ (Froucis Fukuyama) പ്രഖ്യാപിച്ചു. എന്നാൽ ചരിത്രം അവസാനിച്ചില്ല. യഥാർത്ഥത്തിൽ വർഗ്ഗസമൂഹത്തിലെ അടിമത്തം അവസാനിക്കുകയും മനുഷ്യരുടെ ജീവിതവും ഭാഗധേയത്വവും നിർണ്ണയിക്കാൻ മനുഷ്യവർഗ്ഗം പ്രാപ്തരാവുകയും ചെയ്യുമ്പോഴത്രെ ശരിയായ ചരിത്രം ആരംഭിക്കുന്നത്. ആവശ്യങ്ങളുടെ ലോകത്തിൽനിന്നു സ്വാതന്ത്ര്യത്തിന്റെ ലോകത്തേക്കുള്ള വളർച്ചയാണ് സോഷ്യലിസം.

ഇരുപത്തൊന്നാം നൂറ്റാണ്ടിന്റെ രണ്ടാം ദശകത്തിൽ മനുഷ്യവർഗ്ഗം ഒരു ദിശാസന്ധിയിലാണ്. ഒരുവശത്ത് ശാസ്ത്രവും സാങ്കേതിക വിദ്യയും നല്കിയ, ഇതുവരെ പരിഹാരം കാണാനാകാത്ത, പ്രശ്നങ്ങൾക്ക് പരിഹാരം നിർദ്ദേശിക്കുന്ന സാമഗ്രികൾ. നമുക്കു രോഗങ്ങളെ നിർമ്മാർജ്ജനം ചെയ്യാം. നിരക്ഷരത ഇല്ലാതാക്കാം. വീടില്ലാത്തവർക്ക് വീടു നല്കാം. മരുഭൂമിയിൽ പൂക്കാലമുണ്ടാക്കാം. മറുവശത്തോ? ഈ സ്വപ്നങ്ങൾക്കുനേരെ നോക്കി യാഥാർത്ഥ്യം കൊഞ്ഞണം കുത്തുന്നു. ശാസ്ത്രനേട്ടങ്ങൾ മനുഷ്യന്റെ കൂട്ടക്കുരുതിക്ക് ഉപയോഗിക്കുന്നു. ദാരിദ്ര്യവും വിശപ്പും നിരക്ഷരതയും രോഗങ്ങളും എല്ലായിടത്തേക്കും വ്യാപിക്കുന്നു. വൻതോതിലുള്ള യാതനകൾ മനുഷ്യരെ വേട്ടയാടുന്നു. യാതനകൾ പെരുകുമ്പോഴും ധനികർ തടിച്ചുകൊഴുക്കുന്നു. നമുക്ക് മനുഷ്യനെ ചന്ദ്രനിലേക്കയക്കാം. അതേ സമയംതന്നെ ജീവിക്കാനാവശ്യമായ പണമില്ലാതെ പാവപ്പെട്ട ലക്ഷക്കണക്കിനു മനുഷ്യർ വിശന്നുമരിക്കുന്നു. 100 മില്യൺ കുട്ടികൾ തെരുവുകളിൽ ജനിച്ച് അവിടെ വളർന്ന് അവിടത്തന്നെ

മരിക്കുന്നു. ഇന്നത്തെ സാഹചര്യത്തിന്റെ സവിശേഷത അത് ഭൂമിയെയാകെ വ്യാപിച്ചിരിക്കുന്നു എന്നതാണ്. എല്ലാ തലങ്ങളിലും അസ്ഥിരാവസ്ഥ നടമാടുന്നു. സാമ്പത്തികവും സാമൂഹ്യവും രാഷ്ട്രീയവും നയതന്ത്രവും സൈനികവും എല്ലാം. മിക്കവരും ഈ കാടത്തത്തിൽനിന്നും ഓടിരക്ഷപ്പെടാൻ നോക്കുന്നു. ലോകത്തിന് പെട്ടെന്ന് ഭ്രാന്തുപിടിച്ചതുപോലെ. ഇത്തരം പ്രതികരണങ്ങൾ പ്രയോജനരഹിതവും പ്രതിലോമകരവുമാണ്. ചരിത്രം അർത്ഥശൂന്യമല്ലെന്ന് ചരിത്രം നമ്മെ പഠിപ്പിക്കുന്നു. മനുഷ്യസഹജമായ കൗശലത്തിന്റെയും ഭ്രാന്തിന്റെയോ പ്രതിഫലനമല്ല ഇത്. മഹാനായ തത്ത്വശാസ്ത്രജ്ഞൻ സ്പിനോസ ഒരിക്കൽ പറഞ്ഞു: "കരയുകയോ ചിരിക്കുകയോയല്ല മനസ്സിലാക്കുകയാണു വേണ്ടത്." അതു വളരെ ശരിയാണ്. നാം ജീവിക്കുന്ന ലോകത്തെപ്പറ്റി ശരിയായി മനസ്സിലാക്കാതെ നമുക്ക് അതിനെ മാറ്റാനാവില്ല.

കമ്യൂണിസ്റ്റു മാനിഫെസ്റ്റോ രചിക്കുമ്പോൾ മാർക്സും എംഗൽസും 29 ഉം 27 ഉം വയസ്സായ യുവാക്കളായിരുന്നു. അക്കാലം കറുത്ത പ്രതികരണങ്ങളുടെ കാലമായിരുന്നു. തൊഴിലാളിവർഗ്ഗം ചലനാത്മകമായിരുന്നില്ല. ബ്രസ്സൽസിൽ വച്ചാണ് *മാനിഫെസ്റ്റോ* രചിച്ചത്. അവർ അവിടെ രാഷ്ട്രീയ അഭയാർത്ഥികളായി എത്തപ്പെട്ടതായിരുന്നു. 1848 ൽ *കമ്യൂണിസ്റ്റു മാനിഫെസ്റ്റോ* വെളിച്ചം കാണുന്ന വേളയിൽത്തന്നെയാണ് പാരീസിന്റെ തെരുവുകളിൽ വിപ്ലവം പൊട്ടിപ്പുറപ്പെടുന്നത്. തുടർന്നുവന്ന മാസങ്ങളിൽ അത് കാട്ടുതീ പോലെ യൂറോപ്പിലെങ്ങും പരന്നു.

സോവിയറ്റ് യൂണിയൻ തകർന്നപ്പോൾ പഴയ സാമൂഹ്യക്രമത്തിന്റെ പ്രതിരോധകർ ആഹ്ലാദഭരിതരായി. സോഷ്യലിസത്തിന്റെ അവസാനം ചരിത്രത്തിന്റെ അവസാനമായി അവർ കണ്ടു. സമാധാനത്തിന്റെയും സമൃദ്ധിയുടെയും ജനാധിപത്യത്തിന്റെയും പുതിയൊരു യുഗം അവർ വാഗ്ദാനം ചെയ്തു. കമ്പോള വ്യവസ്ഥിതി ഇതെല്ലാം സാദ്ധ്യമാക്കുമെന്നവർ പ്രതീക്ഷിച്ചു. ഇപ്പോൾ ആ സ്വപ്നങ്ങളെല്ലാം പൊലിഞ്ഞുപോയിരിക്കുന്നു.

എന്താണിതിന്റെയൊക്കെ അർത്ഥം? ജീവിക്കാനുള്ള അവകാശം നഷ്ടപ്പെട്ട ഒരു സാമൂഹ്യ വ്യവസ്ഥിതി മരിക്കാൻ വിസമ്മതിക്കുന്നതിന്റെ വേദനയാണ് നാമിപ്പോൾ കാണുന്നത്. യുദ്ധവും ഭീകരവാദവും മരണവും മുഖമുദ്രയാക്കിയ ഒരു കാലഘട്ടമാണിത്.

പുതിയൊരു സമൂഹം പിറക്കുന്നതിന്റെ വേദനയും നാം അനുഭവിക്കുന്നു. മനുഷ്യർക്ക് ജീവിക്കാനാകുന്ന ഒരു ലോകത്തിന്റെ പിറവി. രക്തരൂക്ഷിതമായ ഈ സംഭവങ്ങൾക്കിടയിൽ, ഒരു രാജ്യത്തുനിന്നും മറ്റൊരു രാജ്യത്തേക്കു പടരുന്ന സംഭവങ്ങൾക്കിടയിൽ തൊഴിലാളികളുടെയും കർഷകരുടെയും യുവാക്കളുടെതുമായ വിപ്ലവ ശക്തി വളർന്നുവരുന്നുണ്ട്. ഹ്യൂഗോഷാവേസ് ഐക്യരാഷ്ട്രസംഘടനയിൽ പറഞ്ഞതുപോലെ "ലോകം ഉണരുകയാണ്. മനുഷ്യർ എഴുന്നേറ്റു നില്ക്കാൻ തുടങ്ങുന്നു."

ഈ വാക്കുകൾക്ക് സത്യത്തിന്റെ തിളക്കമുണ്ട്. ലക്ഷക്കണക്കിനു

മനുഷ്യർ പ്രതികരിക്കാൻ തുടങ്ങിയിട്ടുണ്ട്. ഇറാക്ക് യുദ്ധകാലത്ത് ലോകത്തെമ്പാടും വൻപ്രതിഷേധങ്ങൾ നടന്നു. ഉണർവ്വിന്റെ തുടക്കമാണത്. എന്നാൽ ഈ ചലനങ്ങൾക്ക് സമൂഹത്തെ മാറ്റിമറിക്കാനുള്ള ഒരു പരിപാടിയില്ല. അതാണതിന്റെ ബലഹീനത. ദോഷൈകദൃക്കുകൾക്കും പരിഹാസികൾക്കും അവരുടെതായ ദിവസങ്ങളുണ്ടായിരുന്നു. അവരെ തട്ടിമാറ്റി പോരാട്ടം മുന്നോട്ടുകൊണ്ടുപോവുകയാണ് നമ്മുടെ കടമ. വിമോചനത്തിനായി പോരാടാൻ പുതുതലമുറ തയ്യാറാണ്. തങ്ങളെ ആവേശംകൊള്ളിക്കുന്നതും വ്യക്തമായ ആശയവും പരിപാടിയുമുള്ളതും വിജയത്തിലേക്കു നയിക്കാൻ പ്രാപ്തിയുള്ളതുമായ ഒരു ബാനറാണ് അവർ തേടുന്നത്. ലോകമാകമാനം നടക്കുന്ന സോഷ്യലിസത്തിനായുള്ള പോരാട്ടംതന്നെ ആയിരിക്കും അത്. മാർക്സായിരുന്നു ശരി. മനുഷ്യവംശത്തിനുമുന്നിൽ രണ്ടു വഴികളേയുള്ളൂ. സോഷ്യലിസം അല്ലെങ്കിൽ പ്രാകൃതത്വം.